சொல் நட்சத்திரங்கள்

UYAR GNANACHITHIRANKAL

உதயகுமார் காங்கேசன்துறை

பொருளடக்கம்

அணிந்துரை xi

முன்னுரை xiii

முகவுரை xv

1. ஞான நிலை 1

2. இருப்பது எதனில் 2

3. இராம கதை 4

4. உன் வழி 10

5. காக்க வரும் 13

6. மனிதப் பிறப்பு 16

7. நீ காணவே அவன் 18

8. அனுபவ வார்த்தைகள் 20

9. பிராப்தம் 25

10. தத்துவங்கள் 31

11. கையாலாகாத்தனம் 35

12. நானும் நீதான் 39

13. படைப்பு 43

14. அன்பு 49

15. இருப்பு 52

16. உண்மை 57

17. எல்லை 60

18. மௌனம் 63

19. எதிரும் புதிரும் 67

20. தன்னம்பிக்கை 73

21. ஓட்டம் 77

22. உனக்கு நான் எதற்கு 81

23. காத்திரு 85

பொருளடக்கம்

24. நீயே உயர்ந்தவன்   91

25. எல்லை இல்லாதவன்   99

26. ஊருக்கு உபதேசம்   107

27. சும்மா இரு   113

28. உலகம்   117

29. தனிமை   123

30. சுய கண்ணாடி   128

31. வழிப்போக்கன்   133

32. உங்கள் வேலை   139

33. பெரு நிலை   142

34. நிரந்தரம்   146

35. தொழில்   150

36. அடையாளம்   154

37. ஆகாயம்   159

38. முக்கியமானவர்   165

39. படிப்பு   171

40. நீயே அது   175

41. புகழ்   182

42. கிறுக்கல்கள்   185

43. தத்துவ பயணம்   192

44. வெண்மை வானவில்   199

45. வாழ்க்கை பயணம்   208

46. பாதுகாப்பு   215

47. வேலி   220

48. அமைதி   225

49. சொந்த இசை   230

பொருளடக்கம்

50. பக்குவப்பட்ட மனது — 235

51. சமநிலை — 239

52. திருவிளையாடல் — 243

53. பெயரில்லாதவன் — 251

54. திருச்சபை — 259

55. நித்திய மௌனம் — 263

56. சுகம் — 267

57. அந்தரங்க வாசல் — 272

58. மெய்யே எழு — 277

59. காட்டுச் செடி — 281

60. எழுத்து — 285

61. வாழ்ந்து பார் — 294

62. இரவு — 299

63. எனக்குள் ஒருவன் — 303

64. ஞான மொழி — 309

65. தமிழ் — 316

66. தேனான தமிழ் — 318

67. ஞானப்பொங்கல் — 319

68. தீபாவளி — 321

69. புத்தாண்டு — 326

70. தமிழை உணர்ந்தவன் — 328

71. வாழ்க்கை — 330

72. அமிர்த வாழ்வு — 331

73. நான் மறையும் ஜோதி — 332

74. பித்தனைப் போற்றுவாய் — 333

75. சித்தம் — 334

பொருளடக்கம்

76. ஈசன் 335

77. நடு வீடு 336

78. யாதும் தெய்வம் 337

79. எங்கும் பரம் 338

80. விளக்கு 339

81. ஒளிப்பிரம்மம் 340

82. நாதன் தாள் 341

83. ஒருவனே தேவன் 342

84. ஒன்று 343

85. பரம் 344

86. கொல்லாமை 345

87. சிவதுண்டு 346

88. காக்கும் கடவுள் 347

89. பக்தி 348

90. சிவக்கரு 349

91. அஞ்சை வெல்லடா 350

92. கவி அருவி 352

93. தவம் 354

94. ஆணவம் 356

95. ஓ மனிதா 358

96. பத்திரம் 360

97. ஒளிப்பூட்டு 361

98. மீறி அறி 362

99. அக வழிப் பயணம் 363

100. நீ வேறில்லை 364

101. முக்தியும் நீயே 365

பொருளடக்கம்

102. மயக்கம் தெளிவியோ 366

103. தாகம் 367

104. வாதம் 368

105. முக்தி 369

106. மந்தை வெளி 370

107. பரமன் 371

108. உணர்ந்தே ஓய்வெடு 372

109. ஊனிலே புதையல் 373

110. அவனின்றி நீயில்லை 375

111. உண்மையை கைவிடேல் 376

112. ஓங்கார நாதம் 377

113. இன்புற வாழ்க்கை 378

114. எழுதாப் பொருள் 379

115. கல்வி 380

116. அன்பு தழைத்தவன் 381

117. அன்பெனும் சிவம் 382

118. உணர்ந்து கரையலாமே 383

119. மருந்து 384

120. பயம் 385

121. மேன்மை 386

122. மெய்ப்பொருள் 387

123. வைரம் 388

124. நோக்கு 389

125. குரு 390

126. வெற்றிடம் 391

127. பிச்சை 392

பொருளடக்கம்

128. தனக்குள் விதை — 393

129. உண்மை — 394

130. உள்ளுக்குள் தேன் — 395

131. உத்தியால் வெல்லடா — 396

132. ஞானவழி — 397

133. நீயே அனைத்துமாய் — 398

134. ஆராய்ச்சி — 403

135. பயன் — 404

136. காரணம் — 405

137. சுடர் சோதி — 406

138. மிஞ்சியது — 407

139. சிவ பூமி — 412

140. பிழை இல்லை — 413

141. பலன் — 415

142. தேடல் — 416

143. மெய்யிலார் — 417

144. தறி கெட்டார் — 418

145. மானுடம் — 419

146. அருமருந்து — 420

147. புதுமை மாந்தரே — 421

148. மதி இழந்தோர் — 422

149. தமிழ் அறி — 423

150. அன்னை — 424

151. பிறப்பின் இரகசியம் — 427

152. நேரம் — 430

153. அனுபவம் — 435

பொருளடக்கம்

154. சும்மா இருப்பது எப்படி   438

155. கேள்வி பதில்   440

156. தவளை   442

157. பலன்   445

158. காதல் - நன்றி   448

அணிந்துரை

இப்புத்தகத்தின் தலைப்பு 'சொல் நட்சத்திரங்கள்', இதன் ஒவ்வொரு வார்த்தையும் படிப்பவரின் கருத்தெங்கும் நட்சத்திரமாகத்தான் இருக்கிறது. இதன் முதல் பாடல் தலைப்பு 'ஞான நிலை', பெயருக்கு ஏற்றாற்போல் ஆரம்பமே நம்மை ஞான நிலைக்கு கொண்டு செல்லும். "புலத்தியா கேள், அகத்தில் ஒளி வர தவத்தில் இருப்பது மேன்மை, தவமே பலித்திட தாரகம் சொல்கிறேன் " என்று ஆரம்பித்திருக்கிறார் ஐயா. வரிகள் ஒவ்வொன்றும் முத்து முத்தாக நட்சத்திரம் மின்னுவது போல் இருக்கிறது.

இதை எழுதியவர் ஐயா உதயகுமார், எனக்கு அவர் முகநூலில்தான் அறிமுகமானார், அவர் எழுதும் எழுத்துக்கு நான் அடிமையாகிறேன், அவருடன் உரையாடும்போது ஊமையாகிறேன். அவரை பற்றி அதிகம் சொல்ல வேண்டிய தேவையில்லை, இதற்கு முன்பே "சுதந்திரத்தின் சுயம்வரம்" மற்றும் "சிவ தமிழ்" ஆகிய இரு புத்தகங்களின் மூலம் அறிமுகமானவர்தான். மேலும் இப்பாடல் வரிகளின் நளினங்கள் நம்மை எங்கோ அழைத்து செல்லும். ஒரு சில பாடல்கள் ஒரு முறைக்கு இரு முறை படித்து பார்த்தால்தான் நம்மால் முழுமையாக உணர முடியும். அப்படி உணர்ந்து படிக்கும் போது நம் உள்ளத்திலும் எண்ணத்திலும் நல்ல அதிர்வலைகளை அனுபவிக்க முடிகிறது. இப்புத்தகத்தில் இருக்கும் பாடல்கள் அனைத்தையும் முழுமையாக படித்து, மக்கள் அனைவரும் பயன் பெற்று இன்புற்று வாழ ஐயாவின் ஆசியுடன் வாழ்த்தும்,

பா. வெற்றிவேல்.

முன்னுரை

முயற்சி இல்லாமல் வெற்றி இல்லை என்பதும் ஒரு பிரபஞ்ச விதி-தான். யோக மார்க்கத்திலும் சரி இல்லை மற்றைய மார்க்கங்களா-னாலும் சரி சில பிரபஞ்ச விதிகளை நிச்சயம் கடைபிடித்தே தீர வேண்டும். இருப்பது நான்கு நிலைகள் சரியை , கிரியை , யோகம் , ஞானம்.

இந்த நான்கு நிலைகளிலும் சில பொதுவான விதிகள் உண்டு. சரியை என்றால் சரீரத்தால் இறைவனுக்கு தொண்டு செய்து இறை-வனை அடைந்தவர்கள் பலர் இருக்கிறார்கள். குறிப்பாக அப்பர் உழவாரப்பணி செய்தார் கண்ணப்பரும் இதே வழிதான்.

கிரியை செய்து அந்நிலை அடைந்தவர்களில் சங்கராச்சாரியார் பெரியவா ஓர் உதாரணம்.

யோகம் செய்து பல சித்தர்கள் அந்நிலை அடைந்தார்கள். குறிப்பாக யாழ்ப்பாணத்தில் வாழ்ந்த யோகசுவாமிகளை கூறலாம். ஞான வழி சென்று அந்நிலை அடைந்தவர்களில் புத்தரும் ரமணரும் அடங்குவார்கள். இந்த நான்கு வழிகளிலும் நிலையாக நிற்பது இறைவன் என்ற பரப்பிரம்மமே.

இன்றைய சூழலில் இந்த நான்கு வழிகளையும் மனிதன் முயன்று குழப்புவதில் தான் அவன் தன் வழி தனக்கே தெரியாது தவிக்கிறான்.

உண்மை அன்பினால் பெற முடியாதது ஒன்றுமில்லை. ஒரு-வனிடம் உண்மை அன்பு பரிபூரணமானால் அவனே சிவனாகிறான். எதற்கும் குரு ஒன்றில்லாமல் வித்தை இல்லை. குரு இல்லாத பக்தி, விளக்கு இல்லாத தெரு. அங்கு வெளிச்சமில்லாமல் பயணிக்க முடி-யாது.

யோகத்தில் முயற்சி மேற்கண்ட போதெல்லாம் என் மனது குழப்-பமாகவும் தெளிவற்றும் சில வேளைகளில் தெளிவாகவும் இருந்தது.

முன்னர் அதைப்பற்றிய தெளிவின்மையே துல்லியமாக விளங்கியது. அதே தெளிவின்மை சில உயரமான படிகளுக்கும் இட்டுச் சென்றது.

தெளிவின்மையும் ஞானத்தின் ஒரு பகுதி தான் என்பது பின்னர் விளங்கியது.

இந்த யோக மார்க்கத்தில் பல சித்தர்கள் சிறந்து விளங்கினார்-கள். இதே யோக மார்க்கத்தில் பலவற்றை நான் எழுதியிருந்தா-லும் என் எல்லா எழுத்துக்களும் ஆன்மீக வாசமாக இருந்தது. அதனால்தான் என்னவோ பலர் என் எழுத்துக்களை பாராட்டியும் புகழ்ந்தும் என்னை இத்துறையில் வளர்த்தார்கள்.

இந்த சங்கட நேரத்தில் அவ்வப்போது என் உளறலின் மொழி-யில் உதிர்ந்த பக்குவமற்ற, இல்லை பக்குவமான வார்த்தைகளை தொகுத்து திரு. ராஜசேகரன் ஐயா அவர்கள் வெளியிட வந்துதித்-துதான் இந்த சொல் நட்சத்திரங்கள் என்ற புத்தகம்.

எல்லாமே என் உளறலாக உள்ள இந்த எழுத்துக்களை பதிப்பிட வேண்டும் என்ற நோக்கத்தில் இந்த எழுத்துக்களை முகநூலில் இருந்து எடுத்து அதை பாதுகாத்த திரு . ராஜசேகர் ஐயா அவர்-களுக்கும் இந்த புத்தகத்துக்குரிய அட்டைப்படத்தை வரைந்த கெள-சிகா பால்ராஜ் அவர்களுக்கும் எனது நன்றியும் வணக்கங்களும்.

இந்த சொல் நட்சத்திரங்கள் எல்லோருக்கும் ஒளியாகட்டும்.

இப்படிக்கு,

புத்தக ஆசிரியர்,

உதயகுமார் காங்கேசன்துறை.

முகவுரை

ஐயா திரு உதயகுமார் அவர்கள் எழுதிய பலதரப்பட்ட கவிதைகளை தொகுத்து, இந்த அரிய படைப்புகளை பாதுகாக்கும் வண்ணம், புத்தககமாக அச்சிடும் முயற்சியின் அடுத்த வெளியீடாக ஞான மற்றும் தத்துவ கவிதைகளையும், சிறு கதைகளையும் உள்ளடக்கி "சொல் நட்சத்திரங்கள்" என்ற தலைப்பில் இந்த புத்தகம் பகிரப்படுகிறது. இதற்கு முன்பாக காதல், குடும்பம், இயற்கை மற்றும் வாழ்வியல் சார்ந்த கவிதைகள் "சுதந்திரத்தின் சுயம்வரம்" என்ற தலைப்பிலும், கடவுள் வாழ்த்து தேவார பாடல்கள் "சிவ தமிழ்" என்ற தலைப்பிலும் வெளியிடப்பட்டுள்ளது.

இந்த புத்தகத்திற்கு அட்டைப் படம் சிறப்பாக வடிவமைத்து உதவிய நண்பர்கள் சரவணன் வேலுசாமி மற்றும் கௌசிகா பால்ராஜ் ஆகியோர்களுக்கும் அணிந்துரை வழங்கிய வெற்றிவேல் பாலா அவர்களுக்கும் நன்றி தெரிவித்து இந்த சொல் நட்சத்திரங்களுக்கு திரை விரிப்பதில் மிகவும் பெருமை கொள்கிறேன்.

எல்லையில்லா வானத்தில் என்றும் வீற்றிருந்து, பார்ப்பவர்களின் கண்களுக்கு விருந்தளித்து, ஆராய்பவர்தம் அறிவுக்கு தக்க, வானை அளந்து காட்டும் வான் நட்சத்திரங்களை போல ஆன்மீகத் தமிழில் என்றும் வீற்றிருந்து, படிப்பவர்க்கு பரவசத்தையும், ஆராய்பவர்தம் ஆர்வத்திற்கேற்ற ஆன்மீக வானத்தை அளந்து காட்டும் சொல் நட்சத்திரங்களாய் இந்த தமிழ் படைப்புகள் மின்னும் என்பது திண்ணம்.

இங்கு தொகுக்கப்பட்டுள்ள கவிதைகள், நீண்ட நாட்களாக விடை தேடிய கேள்விகளுக்கு விளக்கமாகவும், சிந்தனையை தூண்டி புதிய புதிரை விதைப்பவையாகவும், சிந்தனையை கரைத்து உணர்வை தேக்குபவையாகவும், சொற்களுக்கு இடையில் இருக்கும் ஒன்றுமில்லா வெறுமையில் ஒடுங்குபவைகளாகவும் பல அவதாரங்களாக பரிணமிக்கின்றன.

"தியானம் கடவுளை அறிவது அல்ல, அது உன்னை அறிவது" என்றும், "தன்னை அறிதலை விட, மேலான ஒன்று எவ்வுலகத்திலுமில்லை" என்றும் தன்னை அறிவதை பல விதங்களாக வலியுறுத்தும் இக்கவிதைகள், படிப்பவரின் பகுத்தறிவை பக்குவப்படுத்தி பொய்களை அப்புறப்படுத்தும் வல்லமை படைத்தவை. "பொய்கள் நடக்கும் பாதையில்தான் வானவில் வளைவுகள், உண்மையின் பாதைகள் உனக்கு முன்னே விரிந்து கிடக்கின்றன" என்று உண்மையின் வெளிப்படைத்தன்மையை உரைக்கும் கவிதைகள், துன்பங்களும் தேவையான ஒன்று என பின்வரும் வரிகளின் மூலம் கூறி விளக்குகிறது "துன்பம் கூட அவசியமான ஒன்று, நீர் கூட கலங்கித் தெளிகிறது, நீ என்ன விதிவிலக்கா என்ன".

இந்த புத்தகத்தில் வரும் "எவ்வழியும் உன் வழி, யார் வழியும் உன் வழியல்ல" என்ற வரிகளுக்கேற்ப ஐயா திரு. உதயகுமார் அவர்கள்தம் ஆன்மீக பாதையும் வகைப்படுத்த முடியாததாகவே உள்ளது. தன்னை ஆன்மீகவாதியாகவோ, எழுத்தாளராகவோ, கவிஞராகவோ அடையாளப்படுத்திக்கொள்ள அனைத்து தகுதிகளும் தேவைக்கு அதிகமாகவே இருந்த போதும், இவை எதையும் நாடாதவராக தம் குடும்ப வாழ்வில் சாதாரண அலுவலக பணி செய்து வாழ்ந்து வருவது எனக்கு அசாதாரணமாகவே தோன்றுகிறது.

"ஒரு சிறிய மலரின் நுணுக்கத்தை கவனி, படைத்தவன் அவ்வளவு தகுதியானவன்" போன்ற எளிமையான வார்த்தைகளை கொண்டு, மொழிக்கு எட்டாத உயர்ந்த கருத்துக்களையும் எடுத்துக்காட்டுவதின் மூலம் இவரிடம் தமிழ் தங்கிய தன்மையையும், இவர் இயற்கையிடம் இயைந்த தன்மையையும் அறியலாம்.

நன்றியுடன்,
ராஜசேகர் தனக்கோட்டி .

இனி இந்த புத்தக வானத்திலிருந்து சில நட்சத்திரங்கள் உங்கள் பார்வைக்கு :

"

வாழ்க்கை
சிக்கல் நிறைந்த
போராட்டமல்ல
இன்பம்
வேண்டுமென்று
நீங்கள்தான் போராடுகிறீர்கள்"

"

சூடான வார்த்தைகளை
ஒருவர் முன் வீசுமுன்
அதை நீங்களே ஒருமுறை
சரி பாருங்கள்"

"

தான் தன்னை தனக்குள்ளே
காண்பது அறிவு
வீண் பெருமை பேசி வீழ்வது
மடமை"

"

பதிலை தேடி
அலைந்து கொண்டிருந்த பொழுது
கேள்விகள் அதிகமாயின
இன்று
கேள்வியும் பதில்களுமற்ற

குளத்தில் நீராடுகிறேன்''

''

இந்தக்கணம்
வாழாத நீ
எந்தக் கணமும்
வாழப்போவதில்லை''

''

என் வார்த்தையில்
வர்ணங்கள் இல்லை
இருந்தாலும் நீயே அதை
வானவில் என்கிறாய்''

''

என்னுடைய
மௌனங்களை
எந்த வார்த்தையில்
இறக்கி வைப்பது
ஒரு
வெற்றுக் கடுதாசியில்
வெண்மையைத் தவிர
வேறேதுமில்லை''

''

போ
ஆணவம்
இல்லாமல் போ

அண்ணாந்து பார்
அண்டம் எவ்வளவு
பெரியது என்று"
"

எல்லாம் புரிந்தது போல
மார் தட்டும் போது தான்
ஞானி கூட
கோழையாகி விடுகிறான்"

"

இரட்டை மனது கொண்டவர்களுக்கே
நம்பிக்கை தேவை
ஒற்றையில் இருப்பவர்களுக்கு
அது தேவை இல்லை"

"

உண்மையான ஞானி
ஒருபோதும்
வழியைக் காட்டுவதில்லை
எல்லாப் பாதைகளும்
அங்கே தான் செல்கிறது"

"

கோவிலைக் கட்டியாச்சு
பூசாரியை வைத்தாகி விட்டது
சாமியை கும்பிடுபவர் யார்"

"

உன்னிடம் இல்லாத

இறைவன்

இனி வேறு எங்கிருக்கக்கூடும்“

• xx •

1. ஞான நிலை

புலத்தியா கேள்
அகத்தில் ஒளி வர
தவத்தில் இருப்பது மேன்மை
தவமே பலித்திட தாரகம் சொல்கிறேன்
பாற்கடல் உன் இருப்பு
பாம்பான ஆதிசேஷன் உன் எண்ணமாம்
உன் வலிமை மேருமலை
தேவர்கள் அசுரர்கள் நல்லோர் தீயோர்
எல்லோர்க்கும் சமமென்ற அமுது
உன்னைத் தவத்தில் கடை
அதில் வரும் அமுது ஆகிய ஞானம் உன்னைச்சேரும்
அதில் பிறக்கும் நஞ்சான தீய எண்ணம்
சிவனைச் சேரும்
உன்னுடைய சத்தியே அதை உள்ளேயும் வெளியேயும்
போகாமல் பாது காக்கிறது
அதை விழுங்கினால் பாதகம்
உமிழ்ந்தாலும் பாதகம்
இதுவே பாற்கடல் கடைந்த
பார்த்தனின் உண்மைக் கதை
உண்மை விளக்கம்
இக்கதையே நீதான்

2. இருப்பது எதனில்

ஒளியாய் காற்றாய் நீராய் நெருப்பாய்
நிலமாய் வானமாய் நிற்கும் ஜோதியே
நீ எங்கும் இருக்கையில்
நான் இருப்பது எதனில்
பத்தினி தேவா எனக்குரைப்பாயோ

சொல்கிறேன் கேள் . .

பரம் அறிந்தவனே பாரம் கொண்டவனே
குணம் அறிந்தாயோ உன்கோலம் அறிந்தாயோ
உன் உடல் எண்ணம் செயல்
உலக இன்பம் துன்பம் அனைத்தும்
நீ கொண்ட கர்மத்தின் பலன்
உன் ஒளி மட்டுமே நான்
உடலும் ஆன்மாவும் உன்னிடத்தில்
அழியும் நாளில் மிஞ்சியிருப்பது நான் மட்டுமே
அதுவே பிரம்மம் அதுவே உன் முக்தி

தேவா இது எந்நாளில் கைகூடும் ?

உன் கர்மங்களை கழித்து எரித்த பிறகு காண்பாய்

இப்பிறப்பில் கூடுமோ அது ?

தவம் செய் தன்னில் எரியும் மலம்

கர்மா கடந்தவுடன் காண்பாய் என்னை

உன்னை காக்கும் நோக்கும் கருப்பொருளே நான்

அறி என்னை அனைத்துமாகி இருப்பேன் உனக்கு

• 3 •

கர்மா கடந்தவுடன் காண்பாய் என்னை

உன்னை காக்கும் நோக்கும் கருப்பொருளே நான்

அறி என்னை அனைத்துமாகி இருப்பேன் உனக்கு

3. இராம கதை

இராம கதையின்
உண்மைப் பொருள் என்ன?

அயோத்தியில்
அறிவித்தாயிற்று

சீதையை
சுயம்வரம்
செய்யப் போவது யார்

பலநாட்டு
இளவரசர்களும்
தோற்றுப் போன நிலை

வில்லை
வளைத்து நாண்
பூட்டுவதுதான் போட்டி

அதுவோ
மிகப் பலமான ஒன்று
யாராலும் எளிதில்
வளைத்து விட முடியாது

எதுவும் அற்றவன்
இராமன்

எல்லாம் உள்ளவனும்
அவனே

இறைநிலை தான்
அவன் நிலை
மனோ நாச மெய்நிலை

சபையை
பார்க்கிறான்
சஞ்சலம் அடைந்ததில்லை

சீதையை
பார்க்கிறான்
அங்கே எதுவும் இல்லை

சீதையே அவனுக்கு
தெரியவில்லை
அங்கே அவனாக
இருந்தது
அவளும்தான்

இல்லாத ஒன்றில்
இருப்பதே
பரத்தின் ரகசியம்

வந்தான்
எடுத்தான்
முறித்தான்

முறித்தது
வில் அல்ல
யாராலும் வெல்லமுடியாத
மனத்தை நொடியில்
முறித்தான்

அவன் மனத்தையே
அவன் முறித்தான்
அப்போது அவனுக்கு
அது வந்ததல்ல

எப்போதும்
அவன்
அந்த நிலையில்தான்
இருந்தான்

அதுவே
சத்
அதுவே இறை நிலை
அதுவே பர நிலை

தன்
சக்தியை அறியாதவன்
ஸ்ரீ ஹனுமான்

உள்ளத்திலே
உயர்ந்த அன்பு
நிலையிட

வெற்றியின்
சாத்தியங்கள்
அவனிடம்
உயிர் பெறுகின்றன

• 7 •

இராமன்
இறைவன் அல்லவா
இறைவனின்
பேரன்புக்காக

இறங்குகிறான்
களம்
சத்தியம்
ஜெயிக்கிறது

துர் குணங்களால்
சூழப்பட்ட
இராவணன்
தன்னையே வெல்ல முடியாதவனாய்
துரத்தப் படுகிறான்

தோற்கிறான்
வீழ்கிறான்
யார் அம்புகளால்
இராமனின்
சத் அம்புகளால்

சத்
என்றால்

இல்லாத ஒன்று
இருக்கும் ஒன்று

போர்
முடிந்து விட்டது

எந்த ராஜ்ஜியங்களும்
அங்கிருக்கவில்லை

பகை இருக்கவில்லை
போர் இருக்கவிலை
சொத்து இருக்கவில்லை

இருந்த ஒன்று
சத்யம்
உண்மை (மெய்)

இதையே
பூமியில்
விட்டுச் செல்கிறான்
ராமன்

அவன்
விட்டுச் செல்லும்
உண்மையில் நிலைப்பது என
முடிவு செய்கிறார்
ஸ்ரீ ஹனுமான்

ஆதலால்

அவர்
இங்கேயே தங்கி விட்டார்

இந்த உண்மையை
சுற்றிதான்
உங்கள் வாழ்க்கை
இங்கு (பூமியில்) சுழல்கிறது ஸ்ரீ சக்கரமாக

எங்ஙனம்
வெல்வீர் இராமனைப் போல
உங்கள் மனத்தை

அது இருக்கும் வரை
எல்லாமும்
போராட்டம்தான்

தினமும்
மனப் போர்தான்

மறப்போர்தான்
மன்னிக்கப் படுகிறார்கள்

இது
வாழ்க்கையே இல்லை என்பதை
மறந்து விடுவதில்
ஆயிரம் வில்லை
அரை நொடியில்
உடைக்க முடியும்

4. உன் வழி

அடுத்தவன் சொற்படி
ஆண்டவனை
அடிபணிய இயலாது

உன் வணக்கங்கள்
எந்த வேதத்திலுமில்லை
அது உனக்கு மட்டுமே
தனித்துவமானது

நீ
எப்படி நினைக்கிறாயோ
அப்படியே ஆகுகிறான்
இறைவன்

எவனையும்
பின்பற்றாதே
உடலுறவும் வணக்கமும்
ஊருக்கு சொல்வதல்ல
அது இரகசியம்

கண்ணப்பன்
கண்களை அப்பும் போது
வள்ளலார் இருந்ததில்லை

இறைவன் ஒன்று

மார்க்கம் தான்
வெவ்வேறு

அனைத்து மதங்களும்
அவனிடமே
அழைத்துச் செல்கின்றன

எவ்வழியும்
உன் வழி
யார் வழியும்
உன் வழியல்ல

நீ எந்தப் பாதையில்
போனாலும்
ஊர் சேரலாம்

அடிக்கடி
பாதையை மட்டும்
மாற்றாதே
ஏனெனில்
போகுமிடம்
தொலைவாகிவிடும்

உணர்ந்து நில்
கடந்து செல்
உன் அன்பே
அவனிடம் தூது போகட்டும்

திருநீறல்ல

அபிசேகப் பாலோ
உன் அர்ச்சனைத் தட்டோ அல்ல
அன்பொன்றே போதுமானது

அவன் உன்னிடம்
பணி செய்ய
தவமிருப்பது
அன்பு ஒன்றுக்குத்தான்
உன்
அர்ச்சனைப் பூக்களுக்காக அல்ல

இதை எல்லாம்
நான்
ஏன் சொல்கிறேன் என்கிறயா
இன்று உன் பலன்
அப்படி இருக்கிறது.

5. காக்க வரும்

காக்காமல் வரும்
காக்க வரும்
கனவில்லை நிஜம் வரும்
நின் மறை தன்னுள்ளே
பறையாகி படுத்துறங்கும்
பாம்பே வழி விட்டால்
பரம் காண்பாய்
பத்தினி தேவா
உனக்குரைக்க
நான்யார்
உன்னிலிருப்பவனல்லோ

சித்தமே சிவமாய்
சிந்தி இருப்போர்க்கு
சுத்தமே சுடராய்
சூழும் அழகு காண்பாய்
கிட்டமேயிருக்கிறான்
காண வழிதெரி
கண்ணுள் தேங்கும்
மலமெரி மண்ணுள்
நீயும் சிவமாவாய்

தகுதியும் மிகுதியும்
தரணியிலில்லை
தன் மலம் தான்

நானெனும் எண்ணம்
நீயறுப்பாய்
கர்மக்கடலில்
கரைகாணா நீச்சலடிக்கவோ
நீ பிறந்தாய்
நித்திலமான என்னையறியும்
தகுதியும் தன்மையும்
நீ கொண்டாய்

என்னிலடங்கா
எழுத்தெல்லாமுண்டு
முன்னில் அடங்கா
முடிவும் அடங்கா என்னுள்ளே
எண்ணியே பார்
எத்தனை அண்டமும்
என்னுள்ளே
இயல்பாக இருக்குது பார்
என்னையறி
என் எண்ணமறி
என்னுள்ளே ஆடும்
ஜோதி அறி

சொன்னால் சூழுமே
பிணி கொண்ட அழுக்கெல்லாம்
பிசுக்கி எறிந்தால்
பிதற்றுவேன் வாயால்
பிரம்மம் தெரியாதவன்
பிணியென்றே யெனைப்பார்ப்பான்
பிந்திய முந்திய

கர்மமழித்தவனே
பிறைசூடியவனைப் பார்ப்பான்

உனக்கியம்புவேன்
உன்னெண்ணம் கடல்
உலகத்திற்குதெரியேன்
உரைக்காதே காலம் வரும்

மனமடக்கு
மதி திறக்கும்
மந்திர வாசல் உள்ளே
தந்திரமாய் இருப்பவன் நான்
தந்துவிடு உன்னை
தாயாய் தந்தையாய்
உனைக்காப்பேன்
உலகம் காக்குமெனக்கு
உன்னைக்காக்கத் தெரியாதா என்ன

6. மனிதப் பிறப்பு

பிறப்பறியேன் பிணியறியேன்
பேரறியேன் பொருளறியேன்
இறப்பறியேன் இருப்பதறியேன்
நடப்பறியேன் நாளறியேன்

ஊன் உடம்பேன் உலகமேன்
உணவேன் உணர்சியேன்
உறவேன் உற்றார் பெற்றாரேன்
உள்ளமேன் கள்ளமேன்

நரை திரையேன் நான்ஏன்
நாதனே சொல்லேன்..

கேளு பிறப்பு உன் கர்மாவின்
கடப்பு ..

கோடி பிறப்பெடுத்து
பூமியில் உமி அறிய
கொலுவாட வந்தவனே
மனிதப் பிறப்பொன்றே
பிரம்மம் சேரும் வழி

மயங்கி நிற்காதே
மதியில் வாழாதே

கதியில் கெதியில் நீ சேரு
கருணை அன்பு நீ கூறு

கழரும் உன் கர்மம் காமம்
சுழரும் சுடர் ஒளி சேர்ந்திட விரும்பு
உன்னில் இருப்பது நான்
உன்னைக் கடப்பது தான்

உழலும் பிறப்பிறப்பு
இல்லாதிருக்கும் வழி
உன்னையே நீ அறி
நீ யே அறி நீயே ஹரி

7. நீ காணவே அவன்

நாவடக்கம் நற்பணிவு
நற்சிந்தனை நாளும்
நடு மனதில் ஊன்றிவர
நான் என்ற ஆணவம்
நசிந்து மலரும் பொற்தாமரை
நடு வீட்டில் பூக்குமே

பூத்த பொற்தாமரை எடுத்து
பொங்கும் அன்புபூசி எங்கும்
அர்ப்பணம் செய்துவர
அவன் மனம் குளிருமே

பக்தியும் யுக்தியும்
பயமும் வேண்டா
பரிசுத்த அன்பே
பரம்பொருள் அறியுமே

மந்திரம் தந்திரம்
எந்திரம் ஏன் தினம்
உன் தனம் நம்பு
உள்ளிருக்கும் பாம்பு
உன்னைவிட்டுப் போகும்

உடல் கோவில் அறிந்து நீ
உள்ளிருக்கும்

கர்ப்பக்கிரகம் காண்பாய் .

நீ காணவே அவன்

அவனை அறியவே உன் பிறப்பு

8. அனுபவ வார்த்தைகள்

சொர்க்கத்தின்
கதவுகளை
உனக்குத் தர முடியாது

அதன் சிறப்பையே
சொல்ல முடியும்

புத்தர் இங்கு
எதையும் போதிக்கவில்லை
புத்த நிலையே
புரிந்துணர்வின் மௌனம்தான்

ஒரு வெற்றிக்கோ
தோல்விக்கோ நீ இங்கு
பிறக்கவில்லை

எதையும் கடந்து விடுவதுதான்
அதன் சிறப்பு

துன்பத்தையும்
இன்பத்தையும்
நீயே வரவேற்கிறாய்

நீ
நீயாக இரு

எவருடைய தத்துவங்களையும்
மாலையாக அணிந்து கொள்ளாதே

அன்பைப்பற்றி
போதிப்பவனெல்லாம் இங்கு
உண்மை அன்பை உணர்ந்ததில்லை

அன்புக்கு
வார்த்தைகள் இல்லை
அது வாய்மொழி அறியாது

உள்ளத்தில் உள்ள
பயத்தினால் மட்டுமே
உனது தோல்விகள் நிரந்தரமாகிறது

இரு குதிரையில்
ஒரே நேரத்தில்
சவாரி செய்ய முடியாது
வாழ்க்கை சர்க்கஸ் அல்ல

நரிகள் தந்திரங்களை பற்றி பேச ஆரம்பித்தால்
நாய்கள் ஒதுங்குவது நலம்

தேநீரை உறிஞ்சும் போது
தேயிலைத் தோட்டத்தைப்பற்றி
நினைத்துக்கொண்டிருக்காதே

ஒரே செயலை
ஒன்பது முறை செய்வதில்

பலன் என்ன

யாருக்கு யாரும்
கடனாளி அல்ல

இறைவனுக்கு மட்டுமே
அடி பணி

அஞ்சுவதால் ஆகாயத்தை
வளைத்துவிட முடியாது

கொடுத்தது வரும் என்று
கணக்குப்போடுவது தவறு

தீயது தீயதை ஈர்க்கும்
நல்லது நல்லதை ஈர்க்கும்

அமிர்தத்துக்கும்
நஞ்சுக்கும் ஒரே ஒரு வித்தியாசம்தான்
ஒன்று நிர்வாணம்
ஒன்று நிர்வாணம் அற்ற தன்மை

எதையும் பற்றி இருக்காததுதான் நிர்வாணம் என்பதாகும்

நான் இங்கு கவிதைகள் எழுத வரவில்லையென்பது உனக்கு
நிச்சயமாகத் தெரியும்

நீதி வழங்கவோ
தண்டிப்பதற்கோ

நீ இங்கு வரவில்லை

உலகை வெறுத்தும் வாழ வேண்டாம்
விரும்பியும் வாழ வேண்டாம்

இறையவனைத் தவிர இங்கு அதிசயமான பொருள் வேறுஒன்றில்லை

நீ குடும்பஸ்தனாக இருந்தால் கடமையை சரிவரச் செய்

காலம் ஒருபோதும் கனிவதில்லை
நீதான் கனிகிறாய்

தீய எண்ணங்களை விரட்ட ஒரே வழி
தியானம்தான்

ஓர் மரத்திலிருந்து கனி எதனாலும் கீழே விழலாம்
அது கனிந்து விழுந்தால்தான் சுவை

மனம் புத்தி காயம் சித்தம் இவற்றை அடக்க
நீ ஒன்றும் செய்யத்தேவை இல்லை

வெறும் சாட்சி பாவமே ஆன்மாவின் விழிப்புக்கு அடிப்படைத் தகுதி

காற்று எந்நேரமும் வீசுவதில்லை

ஒருவன் எதனால் மேன்மை அடைகிறான்
அவன் புனிதத்தால் மேன்மை அடைகிறான்

மனதை எதிர்த்துப் போரிடாதே

அது மரணத்தின் வழி
அது குழப்பத்தின் ஆரம்பம்

சேற்றில் இருந்தாலும் செந்தாமரையின் குணம் மாறுமா

இறைவனை பற்ற அவன் குணங்களே உனக்கு மிகுதியாகும்
ஆனாலும் அவன் குணமற்றவன்

நல்லதை எங்கு கண்டாலும் பாரட்டப் பழகிக் கொள்

நீ விவேகமானவன் என்று சிந்தித்துக்கொள்ளும் வேளையிலேயே
நீ முட்டாள் ஆகுறாய்

நீ கற்ற அறிவை எப்பொழுது கடக்கிறாயோ
அப்பொழுதே அது நிகழ்கிறது

என் அனுபவ வார்த்தைகள் இது
பத்திரமாக வைத்துக்கொள்
பள்ளம் மேடு வரும்போது சரி பார்த்துக்கொள்

9. பிராப்தம்

அச்சத்தை அகத்தில்
தீயிட்டுக் கொளுத்திவிடு

ஆகாயத்தை
மனதில்
பத்திரப்படுத்து

ஆண்டவனே என்றாலும்
யாசிக்காதே

நீ போராடுவதற்கு
இங்கு ஒன்றுமில்லை

எரிமலைக்கு
அழத்தெரியாது

உனக்காகப் படைக்கப் பட்டது
பூமி

கண்ணில் பட்டதிலெல்லாம்
மோதிக் கொள்ளாதே

காற்றுக்கும் வழியை விடு

கவிதைகளை

சேகரிக்காதே

கற்பு என்பதே
மனதுதான்

நதியின் பெயர்
பழசுதான் ஆனால்
நீர் புதிது

நம்பிக்கை என்பது
நாய் குலைத்து வருவதில்லை

அடுத்தவன் சொல்லி
நீ ஆற்றில் இறங்க முடியாது

பக்தியை கோவிலில்
விட்டு விட்டு வராதே

பாசத்தில் நனைந்து
அழுது கொள்ளாதே

அன்புக்கு அ னா ஆ வென்னா
தெரியாது

பண்பு என்பது
உன் பூர்வீக பவித்திரம்

தர்மம் உன்னிடம்
பேசியது கிடையாது

உன் குற்ற உணர்வே
கொடுக்க வைக்கிறது

அன்பு என்பது
ஒற்றை ஒருமைதான்

பகைதான்
இரட்டையானது

புத்தகங்களில்
வேதம் இல்லை

நீ எதை வேதம் என்கிறாயோ
அது
வேதமாகிறது

கொடுத்துக் குறைந்தவன்
இங்கு யாருமில்லை

தர்மம் உன்னிடம்
தப்பாகப் பேச முடியாது

உன் பணத்தால்
மரணத்தை எதிர்த்துப் பேசமுடியாது

உண்மை அன்பினால்
மரணத்தைக் கூட
கொல்ல முடியும்

எதிர்பாத்துக் கொடுப்பது
எப்படி அன்பு ஆகும்

வானத்திலிருந்து
ஒரு துளி மட்டும்
மழையாவதில்லை

சந்தனம் உரச உரச நறுமணமே

சரித்திரம் என்றும்
திரும்பி வருவதில்லை

நிகழ்காலத்தில் நீ சிரிக்கவில்லையானால்
எதிர்காலத்தில் அது எப்படி சாத்தியமாகும்

இக்கணம் நீ என்னிடமிருந்து
பெற்றுக்கொண்டிருப்பதுதான் பிராப்தம்

அறிவுக்கு
வாழ்க்கை அலைகளில்
மோதத் தெரியாது

அது உன்னை நடத்துகிறது
நீ அதுவாக இருக்கிறாய்

எவன் அறிவாளி
எவன் முட்டாள்
இந்தக் கணக்கை நீதான் போடுகிறாய்

இலையான் ஒரு இடத்தில் குந்தி இருக்காது
உன்னைப்போல

தேவை தேவை என்று ஓடுகிறாய்
எந்த மகிழ்ச்சி உன்னிடம் நிரந்தரமாக இருந்தது

ஒரே ஒரு விகடத்துக்கு
ஒன்பது முறை சிரிக்க முடியாது

நான் எந்த அலைகளாலும்
வீழ்ந்து விட மாட்டேன்

நல்லது எங்கே இருந்தாலும்
பாராட்டப் பழகிக் கொள்

தொண்டையில் இறங்குவதெல்லாம்
உன் தொண தொணப்புத்தான்

உன் வியர்வை உனக்கு மணப்பதில்லை

தாயை வெறுத்தாலும்
உன்னைப் படைத்தவனை வெறுக்காதே

தாயை வணங்கியவன் தரித்திரத்தில் இருக்கமாட்டான்

தகப்பனிடம் விவாதிப்பவன் மந்திரம் அறியமாட்டான்

உலகத்தை உன் வசம் திருத்தி எதை நீ அடையப் போகிறாய்

காலத்துக்குக் காலம் எல்லோரும் திருத்தியதுதானே இன்றைய உலகம்
அப்படியானால் நிம்மதி அல்லவா இங்கே சூழ்ந்திருக்க வேண்டும்
ஏன் அது இல்லை என்று எப்பொழுதாவது யோசித்து இருக்கிறாயா

அங்கே நீ அறியப்படுவது இறைவன் ஒருவனே

நீ இங்கு பூமியிலும் அண்டத்திலும் சுற்றினாலும்
அதைத்தான் சுற்றி வருவாய்

அதைத் தவிர இங்கு வேறேதும் இல்லை

உன்னால் அதை அறிய முடியாது

அது உன்னை அறியும்

10. தத்துவங்கள்

போரே இல்லாத பூமியை
புதுப்பிக்க முடியாது

பெயரே இல்லாத பொருளை
அழைக்க முடியாது

மனதே இல்லாத மனிதனை
நெருங்க முடியாது

மதமே மனிதனை
மதம் கொள்ளச் செய்கிறது

மாற்றமே எங்கும்
மௌனமாக விரிகிறது

காட்சியே காணும் போது
பொய் சொல்கிறது

சாட்சியே சரஸ்வதியோடு
வீணை வாசிக்கிறது

சஞ்சலமே தோல்விகளின்
காரணம் ஆகிறது

சப்தமே ராகத்தின்

கரு ஆகிறது

துக்கமே காரணம் இன்றி
மனக் கதவு தட்டுகிறது

தூக்கமே துயர் துடைத்து
புதிய நாள் எழுதுகிறது

பெண்களே கண்ணீரின்
காரணம் அல்ல

கண்ணீர் துக்கத்தில் மட்டும்
சுரப்பது அல்ல

சந்தோசம் உன்னைக் கேட்டு
உள்ளத்தில் வெடிப்பதல்ல

ஞானமே முடிவின்
கதவு அல்ல

ஞாபகமே
இறந்த எண்ணத்தின் உயிர்

எதிர் காலம் என்று
எவரும் எழுதி வைத்ததில்லை

நிகழ் காலமே
உன் மனக் கண்ணாடி காட்டுகிறது

நிகழ ஒன்றுமில்லாத போது
ஆன்மா விழிக்கிறது

ஆன்மா விழிக்கும் போது
அறிவு ஒடுங்கி விடுகிறது

அறிவு விழிக்கும் போது
ஆணவம் பிறக்கிறது

ஆணவம் ஒடுங்கும் போது
நான் என்பது மறைந்து விடுகிறது

அமைதிக்குள் புயல்
இருக்கிறது

அச்சத்தில் ஆன்மா
மறைகிறது

தத்துவங்களும் ஒருவித
மன இயக்கமே

நம்பிக்கை
உன்னை காத்திருக்க வைத்துவிடும்

காத்திருக்க இங்கே
எதுவும் இல்லை

செயலும் சிந்தனையும் மறக்கும் போது
உன் ஆன்மாவை நீ

அறியக் கூடும்

அறிந்த எல்லாவற்றையும்
உன்னால் விட்டு விலக முடிந்தால்
அதுவே தெய்வ இருப்பு

யாருக்காகவும் எழுதாதது
இந்த தத்துவங்கள்

திரியை தூண்டிவிட்டு
வேடிக்கை பார்ப்பது என் பழக்கம்

இங்கு திரி என்பது
நீயா
நானா

ஆன்மா என்பதே
அதன் விடை

11. கையாலாகாத்தனம்

கண்ணால்
காண முடியாதது
காற்று

கையால்
ஏந்த முடியாதது
நெருப்பு

காலால்
அளக்க முடியாதது
ஆகாயம்

மூக்கால்
நுகர முடியாதது
நீர்

மனதாலும்
எண்ண முடியாதது
மண்

அதுவோ
எல்லையற்று
கிடக்கிறது

ஐம் புலன்களால்

அறிய முடியாதது
ஐம் பூதங்கள்

இந்த
ஐந்தில் ஆக்கப்படட
உடலையும்
அறிய முடியாது

அதில்
வினைகள் கொண்டுவந்த
மனம்

அதற்குள்ளே
அவன்

வீசும் காற்றை
விலைக்கு வேண்ட முடியவில்லை

எரியும் நெருப்பை
அள்ளிக் குடிக்க முடியவில்லை

இருக்கும் நிலத்தை
இடம் மாற்ற முடியவில்லை

குடிக்கும் நீரை
கொளுத்தி எரிக்க முடியவில்லை

ஆகாயத்தின் ஆழம்
கண்ணுக்குள் விழவில்லை

உலகத்தின்
எல்லா வீரனும்
பஞ்ச பூதத்திடம் தோற்றவனே

உன் முதுகையே
உன்னால்
பார்க்க முடியாது

உன்
உதட்டையே
உன்னால் காணமுடியாது

இதில்
மமதை
ஆணவம்
அகங்காரம் வேறு மனிதனுக்கு

அது
இயங்கிக் கொண்டிருக்கிறது
நீ பூமியோடு
சுழன்று கொண்டிருக்கிறாய்

ஐந்தில்
ஒன்றாய் நீ உன்னை உணர முடியும்
ஆனால்
எதிர்க்க முடியாது

வெறும்

கற்பனைகளால்
கோட்டை கட்டி
வாளை உருவி
ராஜா ஆக முடியும்

வெறும்
வார்த்தைகளை வைத்து
இல்லாததை இருக்கிறதென்று
நிரூபிக்க முடியும்

மனிதனின்
கையாலாகாத்தனம்
அவனுக்கே
புரியாத ஒன்று

அதைப் புரிந்தால்
நீயும் இறைவன்

12. நானும் நீதான்

அதிகாலை
மலர்களின் மூச்சை
மௌனங்களால் பார்வையிடு

புற்களின்
பேச்சுக்களை
மொழி பெயர்க்காமல்
அங்கேயே விட்டுவிடு

தேன் குடிக்கும்
வண்டுகளின் ராகங்களில்
கரைந்து போ

காலைத் தென்றலின்
குளிர்க் கைகளை
வருடிப் பார்

சிட்டுக் குருவிகளின்
தேனிசைக்கு
மெட்டுக்களை இட்டுப் பார்

உன் நக நுனியில்
பனித் துளி ஒன்றை
படுக்க வைத்துப் பாடு

பக்கத்து வீட்டு
சுப்ரபாத இசையில் நனை

சூரியக் கீற்றுக்களின்
அதிகாலை வெட்கச் சிவப்பை ரசி

முற்றத்துக்
கோலத்தில்
மிட்டாய் தின்னும்
எறும்புக்கு வணக்கம் சொல்லு

குனிந்த
செம்பருத்திப் பூவின் நடுவில்
சிவப்புக் குழல் ஊதும்
கண்ணனைக் காண்

நிர்வாண
ஆகாயத்தின் நீலங்களில்
கரைந்து விடு

செருப்பில்லா
பாதமுடன்
பூமியை உரசிப் பார்

அதிகாலைக்குள்
இருக்கும்
ஆனந்தம் என்ன

இரவு விட்டுச் சென்ற

இருட்டைத் தேடிப்பார்

மாமரக் கிளைகளின்
பேச்சுக்களில்
மன ஊஞ்சல் கட்டிப் பார்

இறகுகளின்
மத்தளங்களில்
இரைதேடும் பறவையுடன் பழகு

மண் புழுவிடம் கேள்
உன் கால்கள்
எங்கே என்று

கூவும் சேவலின்
குரல் நீளங்கள் என்ன

பாடும் குயிலின்
பக்கவாத்தியம் யார்

விரிந்த மனதுடன்
விடைபெற்றுப் போ

இருக்கும் இதயத்தை
அகலமாக்கு

உன் சுவாசத்தை
நீயே உணர்ந்து பார்

உனக்குள்ளும் வெளியிலும்
இடைவெளிகள் இல்லை

உனக்கு ஆறுதல்
பூமியும் வானமும்

புரிந்து போ
இவை உனக்கான சாட்சிகள்

உனக்கும்
பொழுதொன்றுக்கும்
மொழி இல்லை

புரிந்தால்
நானும் நீதான்

13. படைப்பு

இந்த உலகம்
வார்த்தை அற்றது

உன் மனமே
முழுமையான மந்திரம்

அறிவின் கடலாக இருப்பது
ஆன்மா மட்டுமே

வாழ்வதற்கு நன்றியையும்
வளர்வதற்கு வாழ்த்தையும்
தெரிவிக்க வேண்டியது
இறைவனிடம் மட்டுமே

இங்கு
இறைவானகி இருப்பது
எல்லாமும்தான்

அவன் படைப்பு முழுவதும்
அவனேதான்

எல்லோரையும்
வாழ்த்தக் கற்றுக் கொள்ளுங்கள்
நன்றியை தினம்
பரிசாக அளியுங்கள்

அன்பினால் முடியாத ஒன்று
இந்த அண்டத்தில் இல்லை

ஒன்றை பற்றும் போதே
அதன் குணங்கள்
பற்றிக் கொள்கிறது

நல்லது கெட்டது என்று
பிரபஞ்சத்திடம் எதுவும் இல்லை

அதற்கு அது பற்றி எதுவும் தெரியாது

வாழ்க்கைக்கு
அர்த்தம் உண்டு என்பதும் நீதான்
இல்லை என்பதும் நீதான்

உலகின் மகத்தான
விலை மதிக்க முடியாத மாணிக்கம் என்றால்
அது நீதான்

யாரும் உனக்கு வழியை காட்ட முடியாது
வழி என்று இங்கு எதுவும் இல்லை

நீ எதை நினைக்கிறாயோ அதுதான் வழி

அள்ளி அள்ளித் தர அவன் முடிவு செய்தாலும்
அதைத் தடுப்பது நீதான்

உங்களையோ இறைவனையோ
எந்த அளவுகளாலும் அளக்க முடியாது

கர்வம் கொள்ளாதீர்கள்
அது கவலையின் ஆற்றில் உங்களை இறக்கிவிடும்

கர்வம் ஆணவம் அகங்காரம்
இது உங்களுக்குரிய அலங்காரம் அல்ல

உங்களை அன்பினால் மட்டுமே
அலங்கரித்துக் கொள்ளுங்கள்

உலகின் எந்த மதமும் உன் மார்கத்துக்கு
வழி சொல்லாது

பூக்களின் நறுமணம் எல்லோரின் மூக்கையும்தான்
தேர்ந்தெடுக்கிறது

இறைவன் கைவிட்ட ஒருவனை இங்கே உன்னால்
காட்ட முடியுமா

எல்லோருக்கும் கொடுப்பது அவன் செயல்
எது தேவையோ அதைத் தானே தருகிறான்

இறைவனுக்கு அதிகம் பிடித்த பொருள் நீங்கள்தான்
உங்களுக்குத்தான் அவனைப் பிடிக்கவில்லை

நம்பிக்கையை முதலில் உங்களில் உங்களிடமே வையுங்கள்
இறை நம்பிக்கை தானாக வரும்

அவன் கொடுப்பதை சாப்பிடும் போதாவது
நன்றி சொல்லுங்கள்
இன்னும் அதிகமாக கிடைக்கும்

பசித்தால் தின்னக் கூடிய பொருள் உணவு ஒன்றுதான்
பணத்தையோ சொத்தையோ சேர்த்த பொன்னையோ தின்ன முடியாது

உங்களுக்கே உங்களைப் பிடிக்கவில்லையானால்
இறைவனின் இறைவன் வந்தாலும் உங்களுக்கு உதவி செய்யமுடியாது

தர்மத்தை தாராளமாக செய்யுங்கள்
கர்ணனை கடைசி வரை காத்தது கூட
இந்தத் தர்மம்தான்

கடமையில் ஒருபோதும் தவறாதீர்கள்
தவறிய கடமையில் ஒரு போதும்
பலனை எதிர் பார்க்காதீர்கள்

எல்லோர்க்கும் படி அளப்பவன் அவன்
உங்களுக்கும் அவன் அளக்கிறானே

பெற்றுக் கொள்வது எதுவாக இருந்தாலும்
அதை சந்தோசமாக ஏற்றுக்கொள்ளுங்கள்
அது துன்பமாக இருந்தாலும் சரி
அன்போடு ஏற்றுக்கொள்ளுங்கள்

இறைவனோடுதானே இருக்கிறீர்கள்
பயத்தை ஏன் பற்றிக் கொள்கிறீர்கள்

நீங்கள் அறியாமல் செய்த பிழையும் அவனுக்கு தெரியும்
அதற்கென வருந்தாதீர்கள் அது அன்றே மன்னிக்கப்பட்டு விட்டது

முட்டையிலிருந்து புழு
புழுவிலிருந்து வண்ணத்துப் பூச்சி
அங்கு நடக்கும் மாற்றம்தான் உனக்கும்

ஓடும் மனத்தைக் கட்ட எந்த வலையும் தேவையில்லை

இறை அன்போடு மூழ்குவதை தவிர
இங்கு நிரந்தர மான வேலை ஏதும் உண்டோ

நீங்கள் தேடும் அன்பு உங்களுக்கு உள்ளேயும்
வெளியேயும் வியாபித்து இருக்கிறது

மனதினாலும் வார்த்தைகளினாலும்
அளக்க முடியாதவன் அவன்
வெறும் தத்துவங்களை வைத்தும் அவனை கண்டுகொள்ள முடியாது

அவனது பிரமாண்டத்தை அவனே அறிந்து கொள்ளவில்லை

இங்கே தேடுவதற்கு எதுவும் இல்லை
வைத்துக் கொள்வதற்கும் எதுவும் இல்லை

தன் கையில் இருப்பதை தந்து விடும் ஆற்றலும்
எங்கள் கையில் இருப்பதை எடுத்துவிடும் ஆற்றலும்
அவனுக்குத்தான் இருக்கிறது

மேல் கண்டது இது என் வார்த்தைகள் அல்ல
நீ அதை யாரென்று நினைக்கிறாயோ அவன் வார்த்தைகள்

இங்கு சொன்னவனும் இல்லை
கேட்டவனும் இல்லை

14. அன்பு

பூர்வீகமான பக்தியினால் எதையும் வாங்கிவிட முடியும்
இறைவனைக் கூட

அன்புக்கு நிகரான ஒன்றை நீங்கள் இந்த அண்டம் முழுவதிலும்
காட்ட முடியாது

முயற்சி இல்லாதவனை இறைவன் கூட மன்னிப்பதில்லை

அன்புக்கு அசையாத கடவுள் ஒருவரை இன்றுவரை நான்
பார்த்ததில்லை

உங்களுடன் கூடவே இருக்கும் இறைவனுக்கு அன்பு செய்வதைத் தவிர
வேறு வழியில்லை

பெற்றோரைப் பகைத்தவன் நன்றாக வாழ்ந்ததாக சரித்திரம் இல்லை

எல்லா யோகங்களும் இருந்தாலும் இறைவனை அடைய பக்தி
யோகத்தை விட சிறந்த வழி இல்லை

நீங்கள் எப்படித்தான் கூட்டினாலும் கழித்தாலும் இறைவனின் கணக்கு
ஒன்று இருக்கிறது
அதுவே என்றும் சரியாக இருக்கும்

பயம் ஒரு போதும் பக்தியை கூட்டிவராது

நீங்கள் அனைவரும் அழகிய சிறையில் இருந்து அழுது
கொண்டிருக்கிறீர்கள்
பூமியில் இல்லாத இறைவன் வேறெங்கு இருந்துவிடப் போகிறான்

அன்பை எப்போதும் ரகசியமாக வெளிக்காட்டு அது இறைவன்
ஆனாலும் சரி

எல்லாவற்றையும் நடத்திக்கொண்டு அவன் இரசியமாக அல்ல
பகிரங்கமாகவே இருக்கிறான்

இறைவன் தேவை என்று விளம்பரம் இட்டால் மட்டும் போதாது
அவனை நீங்கள் எங்கும் தேட வேண்டிய அவசியம் இல்லை
அவன் இல்லாத வெற்றிடம் அண்டத்தில் எங்கும் இல்லை

அழைத்தவுடன் அருகிருப்பது அவன் மட்டும் தான்
அவனிடம் பேரம் பேசாதீர்கள்

கவலைப் படுவது உன் இயல்பு
களங்கமில்லாதது அவன் அன்பு

எப்போது உங்களை அவன் கைவிட்டான்
நீங்கள் இருந்து கொண்டிருப்பதே அவனில்தான்

உங்களையே நீங்கள் அறியவில்லை
என்னை நீங்கள் எப்படி அறிந்து விடப் போகிறீர்கள்

ஆன்மீகத்தை நீங்கள் எங்கும் விதைக்க முடியாது
காடுகள் உருவாவது போல் அது தானாக முளைக்கும்

உன் விதையைப் பத்திரப் படுத்திக் கொள்
அது முளைப்பதும் மலர்வதும் நீ பராமரிக்கும் பக்குவத்தில் இருக்கிறது

அட்டமா சித்திகளைப் பெற்று நீ ஆகாயத்தில் பறந்தாலும்
இறுதியில் நீ அவனிடமே சேரவேண்டும்

குருவுக்கு மேல் ஒன்றும் இல்லை
குருவை மிஞ்சிய இறைவன் இல்லை

உன் எல்லா இருப்புக்களையும் விஞ்ஞானம் விளக்கக்கூடும்
மெய் ஞானத்தின் துரும்பைக் கூட விஞ்ஞானத்தால் விளக்க முடியாது

ஆண்டவனுக்கு என்று கொள்கைகள் ஏதும் இல்லை

இறைவன் பெயரால் சாமி ஆடுவதன் நோக்கம் தான் எனக்கு இதுவரை
புரியாமல் இருக்கிறது

இங்கு இறைவனை உணர்த்த எல்லோரும் ஓடிக் கொண்டிருக்கின்றனர்
நான் பாடிக் கொண்டிருக்கிறேன்

உங்கள் ஆரவாரங்கள் எல்லாம் அடங்கிய பிறகு நிச்சயம்
நான் வருவேன் உடுக்குடன் இருந்து பாடுவது என் வழக்கம்

உங்கள் மீதிருக்கும் அன்பொன்றே
இந்த மொழிகளை கூறி வைக்கிறது

15. இருப்பு

ஞானம் என்று நீ உணர்வதும் மாயையே

உன்னால் இங்கு எதுவும் மாறுவதில்லை

உணர்வால் மட்டுமே உன்னை அறியலாம்

இங்கும் எங்கும் என்றும் நீ காண்பதெல்லாம்
அவன் சொரூபமே

துக்கமற்று வாழ்வது எப்படி
துயரங்கள் எல்லாம் உன் மன ஓட்டம் மட்டுமே

தியானம் என்பது
நீ மனதுடன் போர் செய்யும்
ஆரம்பப் பாடசாலை

திருப்தி என்பது
ஆசை அற்று நின்று விடல்
ஆசையின் முடிவிடம்

பக்தி என்பது
உன்னை மறந்த அன்பு

நீ தேடும் மையத்தில் எதுவும் இல்லை
ஆனால் அங்கேதான் அதுவும் உண்டு

கல்வியினால் கடவுளை வாங்க முடியாது

அறிவு என்பது நீ தர்க்கம் செய்வதற்கான ஆயுதம்

தர்மத்தை ஒருபோதும் நீ காக்கமுடியாது
ஆனால்
தர்மம் உன்னைக் காக்கும்

கண்கள் இருந்தாலும் வெளியே இருட்டில் பார்ப்பதற்கு
வெளிச்சம் அவசியம்
உனக்குள் பார்ப்பதற்கு உணர்வுகள் அவசியம்

அரைத்த மாவையே இங்கே அனைவரும்
அரைத்துக் கொண்டிருக்கிறார்கள்

வெற்றியின் ரகசியம் விடாமுயற்சி

அன்பின் மையப் பகுதியில்தான்
அனைத்தும் உண்டு
பிரம்மநிலை அதுவே

சட்டம் ஒழுங்குகள் எல்லாம்
மனிதனின் சுயநலம்

இயற்கையின் ஒழுங்குகள் எல்லாம்
இம்மியளவும் பிசகாமல் நடக்கிறது

புத்தன் பிறக்கவுமில்லை

இறக்கவுமில்லை

விஞ்ஞானம் கடவுள் துகளை தேடுகிறது
அஞ்ஞானம் அதை மறைக்கிறது

முக்தியை அடைத்துவிட்டாய் என்பதே
மாயையின் ஒரு பகுதிதான்

பெறுவதற்கு ஒன்றும் இல்லை
பெற்றதும் நிரந்தரமில்லை

கீதை உபதேசம் மட்டுமல்ல
அது இறைவனின் குரல்

ஸ்ரீராமனை விட நீ மேலான குணங்களை ஒருபோதும் கொள்ள முடியாது
ஸ்ரீ அனுமனைவிட நீ அன்பு செய்ய முடியாது

காலத்திற்கு எந்த சூத்திரமும் இல்லை
உன் இருப்பை பொறுத்து அது மாறுபடும்

ஞானி தன்னை ஞானி என்றோ
சித்தன் தன்னை சித்தன் என்றோ
அறிவிப்பு செய்வதில்லை

கண்டேன் கண்டேன் என்று பிதற்றுவதும்
பெற்றேன் பெற்றேன் என்று பீத்துவதும்
அவன் செயலாக இருக்க முடியாது

நான் என்ற ஆணவம் இறக்காதேவன்

இரைந்து கொள்வதே அந்த சத்தம்

உண்மை ஒன்றே உளது
அதைச் சுற்றிதான் இந்த
ஆர்ப்பாட்டம் எல்லாம்

நீருக்கு என்றுமே தாகமெடுப்பது இல்லை
ஒன்று அதன் தன்மையில் இருக்கும் போது ஒன்றுதான்
இரண்டாகி விட்டால்தான் எல்லாம் சிக்கல்

குரைத்துக்கொண்டிருக்கும் நாய்க்கு தெரியாது
பயத்தில் குரைக்கிறோம் என்று

விதி, கோட்பாடு, ஜயம், அறிவு இப்படி எல்லாவறையும்
விலக்கிய பிறகு வெளிச்சமே

உங்களுக்கு கூறுவதாக எந்தப் புத்திமதியும் என்னிடம் இல்லை

நீங்கள் தெய்வத்தன்மையுடன் இருப்பவர்கள்
ஆனால் பிசாசுடன் வாழ்கிறீர்கள் (அது உங்கள் மனைவி அல்ல)

எல்லாவற்றையும் துறந்தவன் வாழ்வதில்லை
அவன் அதை அனுபவிக்கிறான்

எத்தனை படி ஏறினாலும் திரும்பிப் பார்க்கும் குணம் உன்னுடையது
எவன் திரும்பிப் பார்ப்பதில்லையோ
அவன் மீண்டும் திரும்புவதில்லை
அவன் அதை அடைகிறான்

ஓசோவும் புத்தனும் வாழ்ந்த தெருவில்தான் நானும் வாழ்கிறேன்

உங்கள் மீதுள்ள அன்பொன்றுதான் இதை எல்லாவற்றையும்
சொல்ல என்னைத் தூண்டுகிறது

ஓசோவும் புத்தனும் வாழ்ந்த தெருவில்தான் நானும் வாழ்கிறேன்

உங்கள் மீதுள்ள அன்பொன்றுதான் இதை எல்லாவற்றையும்
சொல்ல என்னைத் தூண்டுகிறது

16. உண்மை

உணர்ந்தவன் (அதை)
உணர்த்த முடியாது
கண்டவன்
பேச முடியாது
பெற்றவன்
வைத்திருக்க முடியாது
புகழ்ந்தவன்
தன்னைப் போற்ற முடியாது

மனமற்ற சுருதியே
மாயவனின்
புல்லாங்குழல் இசை

இரண்டு குதிரைகளில்
ஒருவன்
பயணம் செய்ய முடியாது

நீர் நீரைச் சாரும்
நெருப்பு நெருப்பைச் சாரும்
பொருள் பொருளைச் சாரும்
அருள் அருளைச் சாரும்
அது அது அதன் தன்மையைச் சாரும்

உயிர்களிடத்தும்
பயிர்களிடத்தும்

உனக்கு அன்பு இல்லையென்றால்
தவம் கூட
சித்திக்காது

அன்பை
உருவாக்க முடியாது
உணரலாம்

செயற்கையான அன்பு
பாவனை எல்லாம்
துன்பமே

பலன் அற்று கொடுக்கும்
எதிர்பார்ப்பு அற்ற அன்பு
கொடுத்தவருக்கே
திரும்பி வரும்
அதுவே இறைவனின் அமிர்தம்

உணரப்படும் பொருள் உலகம்
எல்லாவற்றிலும் ஓர் கருத்து
நீ வைத்திருப்பதால் தான்
அதுவே உனக்கு மீண்டும்
திரும்பக் கிடைக்கிறது
அதுதான் துன்பம்

உன் கண்களுக்கு எதிரே
எந்தக் கண்ணாடியை நீ அணிகிறாயோ
அப்படித்தான் உலகம் உனக்குத் தெரியும்

உண்மைக்கு அலங்காரம் தேவை இல்லை
அது என்றும் நிர்வாணமே

உன்னுடன் கடவுள் சேர்ந்து இருந்தாலும்
கடவுள் உன்னுடன் ஒட்டுவதில்லை
அதை நீ தான் முயற்சிக்கிறாய்

உனது ஆன்மாவே சுயமானது
அறிவும் மனதும்
அதை மறைத்து நிற்கிறது

நிலவும் நட்சத்திரங்களும்
வானில் சேர்ந்தே இருந்தாலும்
நிலவையே நீ ரசிக்கிறாய்

யாரும் உன் புத்தியை தீட்ட முடியாது
மாறாக உணர்த்தவே முடியும்

சரி என் கிறுக்கல்களை
எதற்காக நீ வாசிக்கிறாய்
சும்மாவா
ஏதோ ஒன்றை நீயும்
தேடிக் கொண்டேயிருக்கிறாய்

17. எல்லை

அது ஒன்றைத் தவிர இங்கு நிரந்தரமாக வேறேதும் இல்லை

இறைவனிடமோ அல்லது உங்களுக்குப் பிடித்த யாரிடமோ
பத்தியையும் அன்பையும் உருவாக்க முடியாது மாறாக
அதை உணரவே முடியும்

வீணை சும்மா கிடக்கிறது என்று மீட்டிப் பார்க்காதீர்கள்
ஒருவேளை அந்த இசையால் உங்கள் காதுகளே வெடித்துவிடலாம்
இல்லை
இதமான இசையால் உங்கள் காதுகளையே மறந்து விடலாம்

இங்கு உன்னால் அறிந்த எல்லாமே சாரமற்றது
சாரமுள்ள உண்மையை எப்பிறப்பில் நீ அறிகிறாயோ
பிறப்பு இறப்பு சுழற்சியில் இருந்து விடுதலை பெறுகிறாய்
சிரஞ்சீவி என்ற முக்தி பதமும் அன்றுதான் கைகூடுகிறது

ஒன்றை வெறுப்பதினால் எல்லைகளை உருவாக்குகிறீர்கள்
ஒன்றை விரும்புவதினாலும் எல்லைகளை உருவாக்குகிறீர்கள்
இந்த இரண்டுக்கும் இடையே எந்த எல்லைகளும் இல்லை

கொடுங்கள் எதிர்பார்ப்பு இல்லாமல்
ஞானத்தை விட சிறந்த தானம் வேறேதும் இல்லை

வரும் என்று தேடாதீர்கள்
வந்ததே என்று கலங்காதீர்கள்

காற்று எப்பொழுதும் மழையை கொண்டு வருவதில்லை

இறைவனின் புகழைத் தவிர இங்கே
புகழப்படுவதாக ஒன்றுமில்லை

செல்வத்தினால் கல்வியை வேண்ட முடியாது
இங்கு கல்வி என்பது உங்கள் கல்லூரியில் கற்றது அல்ல
அன்றியும் உங்கள் இஞ்சினீயர் டாக்டர் பதவியோ அல்ல

தாழம்பூவின் வாசமே பெரிது
பூ அல்ல

பூரணமான ஒன்றை உன்னால் இந்த பிரபஞ்சத்தில் காட்ட முடியாது
பூரணமானது சந்திரனும் அல்ல
இதுவே மிகப்பெரிய ரகசியம்

பிரபஞ்சம் என்றால் என்ன
பிர என்றால் எல்லை அற்றது
பஞ்சம் என்றால் ஐந்து பூதங்கள் ஆக
ஐவகை சக்தியினால் ஆன எல்லை அற்ற வெளியே பிரபஞ்சம்

கேள்விக்கான விடைகளை தேடுகிறீர்களா இல்லை
விடைகளை வைத்துக் கொண்டு கேள்விகளை தேடுகிறீர்களா
இங்கு இரண்டுமே இல்லை என்பதுதான் உண்மை

தயவு செய்து அன்பு என்று சொல்லி அழுக்காகாதீர்கள்

உண்மையில் இங்கு ஒரு புதினமும் இல்லை

புதினம் ஒன்று உண்டென்றால் அது அந்தப் பரம்பொருளைத் தவிர
வேறில்லை

மாற்றம் என்பது இயற்கை
உனக்குள்ளோ இல்லை வெளியிலோ ஆகிக்கொண்டுதானிருக்கிறது
இதை மாற்றும் சக்தி ஒன்று இருந்து கொண்டுதானிருக்கிறது

18. மௌனம்

செயல் அற்று இருக்கிறீர்கள்
மௌனம்

மிக நீண்ட மௌனம் . . .
மௌனத்தை மௌனமாக
விட்டு விடுங்கள்

மௌனத்திடம்
சண்டை
செய்யாதீர்கள் ..

நீங்கள்
சண்டை செய்ய அங்கே
யாருமில்லை

அப்பொழுது . .

மனம்
நான் தான் நீ என்று சொல்லும்
அதுவும் இங்கே
உண்மை இல்லை

உங்கள்
எண்ணங்கள் ஆகிய
மனத்திடமும்

சண்டை செய்யாதீர்கள்

நீண்ட நேர
மௌனத்தில்
உணர்வு விழிக்கும்

அது மட்டுமே
பேச ஆரம்பிக்கும்
அதுவே உங்கள் சுயம்

அதுவே
ஈசன்
அதுவே
எல்லாமும்

நீ
அங்கே ஊன்றி விட
அதுவாகவே
ஆகிறாய்

அப்போது
உணர்வாய்
நீயே அது என்று
அதுவே
நீயென்று

ஏனெனில்
அதுவே அது ஒன்றே
இங்கிருக்கிறது

அது உண்மை அல்லாதது
பொய்யும் அல்லாதது
எதையும் அது கொண்டிருப்பதில்லை

உங்கள்
புலன்கள் அனைத்தும்
பொய் பேசுகின்றன

அப்பொய்யில்
மனம் தன் ஆணவத்தை
அரங்கேற்றுகிறது

சுழல்களில்
சிக்கிக் கொள்கிறீர்கள்
விதி என்று
பெயரையும் சூட்டுகிறீர்கள்

உங்கள்
மனத்தை நம்புவதை விட
உணர்வுகளை
நம்புங்கள்

உணர்வுகள்
எந்நேரமும் உங்களுக்குள்
விழித்திருப்பதில்லை

அது ஓர்
குழந்தையின்

கொண்டாட்டத்தைப் போன்றது

அது ஓர்
அளவிடமுடியாத
அன்பு நிலை

அன்பு என்பதே
எதுவும் அற்ற நிலைதான்

19. எதிரும் புதிரும்

பூக்காத செடியின்
வேர்களிலும்
பூக்களின் ஞாபகம் உண்டு

புரியாத
பிரபஞ்சத்திலும்
அன்பு உண்டு

அன்பைத் தேடி ஏன்
ஓடுகிறாய்
அன்பாகவே
மாறிவிடு

சூரியன் என்றும்
இருளோடு
கைகுலுக்குவது இல்லை

இருளும்
உனக்கின்று
தேவையே

இருள்
இருப்பதால்தான்
வெளிச்சத்தின் அடையாளம்
புரிகிறது

கழுகும் மயிலும்
சேர்ந்து வாழும்
பூமி இது

கனவும்
நிஜமும்
காற்றில் இங்கு
எங்கும் உண்டு

வெறும்
கற்பனைக் குதிரைகளில்
ஏறி நீ ஏன் சவாரி செய்கிறாய்
நிகழ் காலக் குதிரைகள்
இன்னும் வெளிச்சமானவை

உனக்குள் கடவுள் என்கிறார்கள்
பிசாசும் அங்கேதான் இருக்கிறது

செடிக்கு நீ
தண்ணீர் ஊற்றலாம்
ஆனால் செடி வளர்வது தன்னாலேதான்
உன்னால் அல்ல

நீயும் மாறும் பொருள்தான்
அதெப்படி
எல்லாம் இங்கு மாறுகையில்
நீமட்டும் அடம் பிடிப்பது எப்படி

கர்ப்பூரம்
எரிந்து ஒளிவிட்ட பிறகும்
காற்றில் மணமிருக்கிறதே
அதெப்படி

• 69 •

உன் செயல்களின்
விளைவுகள்
உன்னை என்றுமே அர்ச்சிக்கும்

பிறவிப் பயன்
என்ற ஒன்று இருக்குமானால்
பிறருக்கு உன்னால்
முடிந்ததைக் கொடு

தர்மத்தை விட
உயர்ந்த ஒன்றை
என்னால் இங்கு காண முடியவில்லை

உதடுகளில்
உட்கார்ந்திருக்கும்
சொற்களை உணர்ந்து பேசு
உண்மைக்கு என்றுமே
அழிவில்லை

உனக்காகவும்
சில கதவுகள் இனி
திறக்கக் கூடும்

பிறர்க்காக வாழ்வதில்

தியாகம் இருக்கிறது
ஆனால்
தியாகத்துக்கு
நீ மட்டுமே இருக்கிறாய்

எழுந்த அலைகள்
என்றோ ஓர் நாள்
ஓயத்தான் வேண்டும்
புயல் எந்நேரமும்
வீசுவதில்லை

மனது பாரமாக இருக்கிறதா
இருக்கட்டுமே
அதானால் உனக்கென்ன
வந்து விடப்போகிறது

மனதை எதிர்த்து
என்றுமே போராட்டம் செய்யாதே
அப்படி செய்தால்
தோற்பது நீயாக இருப்பாய்

உன்னை
அன்பு செய் என்று யாராவது
சொன்னார்களா
அது அன்பு நிலையில்தான்
ஏற்கனவே இருக்கிறது

உன்னுடன் பேசுவது
நான் என்றே இந்தக்கணம்

நினைக்கிறாய்
உண்மையில்
நீயே உனக்குள் பேசுகிறாய்

என் அடையாளம்
உனக்கு தெரிய மறுக்கும்
என்றும் உன்னுடன்
இருப்பவன் நான்

என்னை நீ தேட முடியாது
உணர மட்டுமே முடியும்
ஏனெனில்
அன்பை தேடி அலைவதின்
முட்டாள் தனத்தை இங்கே
அனைவரும் செய்கிறார்கள்

தோல்வியின் மிகப்பெரிய
இரகசியமும்
அதுவே ஆகும்

வெற்றியின்
சிறிய வழி
தோல்வியையும் நீ ஒப்புக் கொள்

இந்த உதயகுமாரனும்
தோற்றுக்கொண்டே இருக்கிறான்
எனக்கு தோல்வியின் கணமும்
சுகமானவை

அனுமதித்தல்
என்பது
வெற்றி தோல்வியின்
ஒரே பரிமாணம்தான்

• 72 •

உண்மையில்
வெற்றியும் தோல்வியும்
இங்கில்லை
உன் இருப்பு ஒன்றே நிஜம்

20. தன்னம்பிக்கை

இருக்கும் உனது
சிறகுகளுடன் பற
புதிய சிறகுகள் முளைப்பதை
புன்னகையுடன் ஏற்றுக்கொள்

சிலர் தீக்குச்சிகளைக் கொண்டு
வழிகாட்டக் கூடும்
உனது வெளிச்சத்தில்தான்
வழிகள் புலப்படும்

அடுத்தவருக்காக
அழுது கொண்டிருப்பது
நீயே உனக்குள்
உற்பத்தி செய்யும் கண்ணீர்

சேற்றில் காலை வைத்திருந்தாலும்
செந்தாமரை
சொர்க்கத்தில் கரங்களை
வைத்திருப்பதால் தான்
வண்டுகளின் இசையில்
மயங்க முடிகிறது

புல்லின் நுனியில்
பனித்துளி வைரம் இருந்தாலும்
புற்களின் பச்சை மாறுவதில்லை

ஏனெனில் தன்
வேர்களை நம்பிதான்
அது வீழ்ந்துவிடாமல் இருக்கிறது

எல்லையற்ற வெளியில்
எல்லாம் இருக்கிறது
ஓய்வெடுக்கும் போதுதான்
சிறகின் பாரம் தெரியும்
பறக்கும் போது
உன் சிறகுகளின் ஞாபகம் வராது

இதோ
உன் மூதாதையர்
வாழ்ந்து போன பூமி
அந்த மூச்சின் சங்கீதங்களை
இன்னுமொருமுறை கேள்

மண்புழு கூட
மனதுக்குள் சிரிக்கிறது
உனக்கு அழுகையின் காரணங்கள்
வெற்றியை எப்படி
உற்பத்தி செய்யும்

குனிந்து பார்
குப்பத்தில் செடி கூட
பூத்துக் கிடக்கிறது

நீயோ அப்பத்துக்கு
அலையும் நாக்குடன்

அழுது கொண்டிருக்கிறாய்

தென்னைக்கு எப்படி
இளநீர் பாரமாகும்
விழுந்த தேங்காயும் இங்கே
விருப்பமுடன்தான் முளைக்கிறது

பூமியை ஒருமுறை
நன்றியுடன் பார்
புரியும்
நீ ஆக்காமல்
ஆகியிருக்கிறது அங்கே
மிகப் பெரிய புதுமை

கஞ்சியை குடித்தாலும்
களங்கமில்லாமல் பார் வானத்தை
நீ எதிர்பார்க்கும் அன்பு
அங்கும் கொட்டிக் கிடக்கிறது

மயில் அழகுதான்
காகம் கறுப்பாக இருந்தாலும்
கூடித் தின்பது
அதைவிட அழகே

எல்லாவரையும்
இழந்து விட்ட பிறகும்
இன்னோர் முறை உயிர்வாழ
உனக்கு ஏன் ஞாபகம் வருகிறது

அதுதான் பரிமாணம்

வாழத் துடிக்கும் போதுதானே
பறத்தலின் ஆசை
இருக்கும் சிறகுகளுடன்
இன்னுமோர் முறை பற
சிட்டுக் குருவிக்கும்
சிறிய சிறகு உண்டு அல்லோ

21. ஓட்டம்

இல்லாத காதலை நிரூபிக்கத்தான்
கவிதை வேண்டியிருக்கிறது
கண்ணே மணியே என்று

வீரத்தை நிரூபிக்கத்தான்
யுத்தம் வேண்டியுள்ளது

வெற்றி வெற்றி என்று
வெற்றிக்குப் பின்னால் ஓடுவதால்
தோல்விகளே தொடர்ந்து வருகிறது

பசி பசி என்று ஓடும் போது
இன்னும் அதிகமாக பசிக்கிறது
பார்த்தால் பாத்திரக்கடைகளே
திறந்திருக்கின்றன

தொடர்ந்து ஓடிக்கொண்டிருப்பவனுக்கு
இதயம் படபடக்கும்
கால்கள் வலிக்கும்

ஓடுவதை நிறுத்திவிட்டால்
எதற்காக இவ்வளவு நாளும் ஓடிவந்தேன் என்று
இல்லாத மனம் விசாரிக்கிறது

இலட்சம் இலட்சம் பணமிருந்தும்

தொண்டைக்குழிக்குள் இறங்குவது என்னவோ
மூன்று கவளம் சோறுதான்
முப்பது பானை சோற்றை
முழுதாக விழுங்க முடியாது

மகுடியில் மயங்கியிருக்கும்
பாம்புக்கு
மாணிக்க ரத்தினம் தனக்குள்
இருப்பது தெரியாது

உலக போதையில்
உழல்பவனுக்கு
உள்ளத்தின் சுருதி தெரியாது

மது மங்கை மாமிசம்
பணம் புகழ் பட்டம்
இந்த வட்டத்தில் ஓர் சிறை
உள்ளுக்குள் இருக்குமட்டும்
இது சிறையென யாருக்கும் புரிவதில்லை

ஆனாலும் அவனுக்கு
சித்தர்களின் சங்கீதம் வேண்டியிருக்கிறது
முதல் சீட்டு எடுத்து ஆதிமூலம் அருகிருக்க ஆசை

நோயும் பிணியும்
துரத்தும்போது
நோன்பிருந்து கடவுள் ஞாபகம் வருகிறது

நாடகம் முடிந்த பின்னர்

என்றைக்கோ எழுந்திருந்து
சுடலைக்கு போகும் அவசியம்
எல்லோருக்கும் இருக்கிறது

யாரோ துரத்துகிறார்கள் என்று
ஓடிக்கொண்டிருப்பவனுக்கு
நின்று இளைப்பாறும் போது தெரிகிறது
யாரும் தன்னை துரத்தவில்லை என்று

உண்மை எது
பொய் எது
என்று தெரிந்து விட்டால்
உண்மைக்குப் பின்னால் போவதையே
உத்தமம் எனலாம்

இறப்பு பிறப்பு
இந்த உண்மை தெரியும் வரை
மனிதனுக்கு
பார்த்தது எல்லாம் பேயாக இருந்தாலும்
குருவாகத்தெரியும்

ஞானம் என்பது
சமாதியோ அன்றி
தியானமோ அல்ல
அது உன்னை அறிவது

போகுமிடம் தெரிந்து விட்டால்
பயணம் சுலபம்
இலக்கே இல்லையென்றால்

துடுப்பு போடுவதிலும் பயனில்லை

22. உனக்கு நான் எதற்கு

பூவுக்கு
பூட்டு எதற்கு

புரிதலுக்கு
காரணம் எதற்கு

அன்புக்கு
மொழி எதற்கு

அறிவுக்கு
பாடம் எதற்கு

குருவுக்கு
உபதேசம் எதற்கு

குணத்துக்கு
அழகு எதற்கு

கொலுவிற்கு
அலங்காரம் எதற்கு

கோவிலுக்கு
கொடி எதற்கு

காற்றுக்கு

கதவு எதற்கு

கருணைக்கு
எல்லை எதற்கு

கனிக்குள்
மது எதற்கு

பயிருக்கு
வர்ணம் எதற்கு

தென்னைக்கு
உரம் எதற்கு

ஓவியத்துக்கு
இசை எதற்கு

இரவுக்கு
பகல் எதற்கு

எருமைக்கு
மழை எதற்கு

என்
எழுத்துக்குள்
காரணம் இருக்கு

உன்
கருத்துக்குள்

நான் எதற்கு

இசைக்குள்
மொழி இருக்கு

மொழிக்குள்
இசை இருக்கு

மௌனத்தில்
அலை இருக்கு

அலைக்குள்ளும்
அமைதி இருக்கு

அகரத்தில்
சிகரம் இருக்கு

சிகரத்திலும்
பள்ளம் இருக்கு

உனக்குள்
நானுண்டு

எனக்குள்
நீயுண்டு

தத்துவம்
புரிந்து விட்டால்

சமத்துவ

வழி உண்டு

• 84 •

23. காத்திரு

அமைதிக்குள்
போர் இருக்கிறது

அமைதியும்
ஒரு செயற்பாடுதான்

தத்துவங்கள்
இனிக்கின்றன

தத்துவங்களை
தாண்டப் பழகு

அறிவு
ஆயுதம் ஏந்தச் செய்யும்

தனிமை
உன்னை உணரச் செய்யும்

உண்மை அன்பு
எதையும் யாசிப்பதில்லை

ஆணவம்
மரணத்தின் படுகுழி

பொறாமை

உனக்கு நீ தீட்டும் கத்தி

நேர்மை
உன்னை வலுவாக்கும்

செயல்கள்
ஆசையைத் தூண்டும்

பக்தி
உன்னை செதுக்கும்

ஏக்கம்
வரப் போகும் துயர்

எதிர்காலம் என்று
உண்மையில்
எதுவுமில்லை

இறந்த காலம்
முடிந்த அனுபவம்

நிகழ்காலம்
நீ இப்போது என் எழுத்தை
வாசிப்பது

தர்மம்
உனக்கு நீயே
கொடுத்துக் கொள்வது

உண்மை
என்றும்
அலங்காரம் அற்றது

உறவுகள்
நீ பந்தப்படுத்துவது

மனம்
மொழி கொண்டு
விளையாடுகிறது

ஆன்மா
மொழி அற்றது

ஆண்டவன்
நீ தேடி அலைவது

நிஜம்
இந்தக் கணம்

நீதியின் தீர்ப்பை
நீயும் நானும்
எழுதுவதில்லை

அது
இறைவனின் விளையாட்டு

மரணம்
முடிவல்ல

மானம்
நீ சுமப்பதல்ல

மொழிக்கும்
உனக்கும் இனியது
இன் சொல்

உனக்கு
தேவையானது
கடவுள் அருகாமை

பணம் பதவி
பாராட்டு புகழ்
நீ மயங்கியிருக்கும் மகுடி

நீ
வாழ்த்தப்பட வேண்டியது
இறைவன்

அவனிடம்
சொல்ல வேண்டியது
நன்றி

என்னை
உனக்குக் கொடுத்ததும்
அவன் தான்

உன் மொழிகள்

மறந்த தருணங்களில்
அவன் கருணையை
நினைத்துப் பார்

சிறு துரும்பே ஆனாலும்
அதுவும் அவனுடையதே

எதை நீ
படைத்திருந்தாய்
உன்னை நீயே கேட்டுப் பார்

பெற்றதை
இல்லை என்று சொல்லாதே

எவரிடமும் பேதமை
காட்டாதே

வறுமையும் துயரமும்
உன் மனமே

வருவதை ஏற்றுக் கொள்
வாதம் செய்யாதே

எல்லாம் அவன் செயல்

அந்த மேலான ஒன்று
உன்னிடமிருக்கிறது

அது பேசுமட்டும்

காத்திரு

அதன் வழி செல்

முக்திக்கும்
ஞானத்துக்கும்
ஆசைப்படாதே

எதையும் நீ
எடுத்துச் செல்ல முடியாத
பாதை அது

அங்கே
ஒருவரைத் தவிர
வேறு எவருமில்லை

24. நீயே உயர்ந்தவன்

திறப்பை
கையில் வைத்துக் கொண்டு
திறப்பையே
தேடி அலையும்
மனித இனம்

நிரந்தர
வாழ்க்கையென்று
நிழல்களை
பின்தொடர்ந்து
நிழல் நட்பில் வெளிச்சம்
தேடுகிறார்கள்

உள்ளே ஒளியிருக்க
வெளியே
தீக்குச்சிகளை
உரசிக் களைக்கிறார்கள்

யாரோ
சத்தி எடுத்ததின் விளைவு
முக்தி என்றும்
ஞானம் என்றும்
மோதிக் கொள்கிறார்கள்

உள்ளே

வெளிச்சமிருக்கு போ
என்னும் போதே
முட்டாள் மறுத்து விடுகிறான்

புத்தனின்
மரங்களில்
இலைகள்
உதிர்ந்துவிட்டன

ஆனால்
ஆடுகள் என்னவோ
அரச மரங்களைத் தேடுகின்றன

எனக்கும்
கொட்டிலைப்போட்டு
குந்தியிருக்க ஆசைதான்

என்னை விட
என் குடில்
ஓங்காரமாகிவிட்டது

அவர்கள்
வலது கையால்
தேனீர் அருந்தினால்
நீ
இடதுகையால் அருந்தி விட்டுப்போ

இருந்த இடத்திலேயே
நீச்சலிட்டுக் களைக்கலாமோ

தமிழும்
தத்துவமும் மிக அழகுதான்
போதை ஏறியவனும்
அதைத்தான் சொல்லிக் கொண்டிருக்கிறான்
உலகே மாயம் என்று

அழகாக படைத்து விட
ஆனந்தம் இருக்கும் போது
அடுத்தவன் மீது
ஆணி அடிப்பதில் என்ன பயன்

வேர்களுக்குத் தெரியும்
விருட்சங்கள் பற்றி

இங்கு கிளைகளைப் பற்றி
தொங்குவது
வாடிக்கையாகி விட்டது

குவளையில் இருக்கும்
நீரை அருந்த
இங்கு குண்டுக்கற்கள் தேவையில்லை

பறவைகளுக்கு
கைகளை
இறைவன் படைத்துப் பார்க்கவில்லை

நீ நீயாக இல்லாவிட்டால் தான்
ஆற்றைக் கடக்க

படகு வேண்டியிருக்கிறது

படகை விட்டு விட
நீச்சல் தெரிந்து விடுகிறது

இறந்த பாம்பை
நீங்கள் எத்தனை பேர்
அடிப்பீர்கள்

மனம்
பணத்தைப் பற்றி
கணக்குப் போடுகிறது

உடல்
இறப்பை நோக்கி
நகர்கிறது

எந்த நொடியிலும்
நீ பணக்காரன் ஆகலாம்
எந்த நொடியிலும் நீ
இறந்து விடலாம்

வாழ்க்கை
அவதானிக்கப் பட வேண்டியதன்று
அது
ரசிக்கப் பட வேண்டியதொன்று

தோலை நீக்கியவுடன்
பழம் போல

உமியை நீக்கிய
அரிசி போல
உங்கள் சுவர்களை
நீங்களே இடித்துக் கொள்ளுங்கள்

அது
எல்லாம்
நீங்கள் கட்டியவைதான்

யாரும்
யாருக்கும்
உயர்ந்தது தாழ்ந்தது அல்ல

அடுத்தவனுக்கு
மாலை போட பழகி விட்டோம்
அவன் என்னவோ
சிவப்புக் கம்பளங்களில்
நித்திரை செய்கிறான்
நடந்து பழகுகிறான்

நீ மாலை போடும்
நோக்கமே
அவனைப்போல
ஆக வேண்டும் என்ற நோக்கம் தான்

நீங்கள்
பாராட்டாவிட்டால்
என் உயிர்த்துடிப்பு நின்று விடுகிறது
அந்த மௌனத்தையும்

ரசிப்பவன் நான்

எந்த அடையாளத்தையும்
நான் கொண்டிருக்கவில்லை

சர்வ நிச்சயமாக
நான் கவிஞன் அல்ல
ஆனாலும்
கவிதைகளை விதைக்கச்சொல்லி
நீங்களே
கட்டளையிடுகிறீர்கள்

என்னிடம்
எந்தக்கவிதைகளுமில்லை
உங்களைத் தவிர

காடுகளை வெட்டித் தோட்டம் போடுமுன்
உணர்ந்து கொள்ளுங்கள்
இங்கு காடுகளே
தோட்டங்கள் தான் என்பதை
அது
இறைவனின் தோட்டங்கள்

ஒற்றைச் சிறகில்
ஒரு பறவை
பறக்க முடியுமானால்
ஆயிரம் சிறகு சேர்த்த என்னிடம்
அமைதியைத் தவிர
பறத்தல் இல்லை

இயந்திரம்
இரைச்சல் அல்ல
இரைச்சல் மனிதனே
இன்றைய இயந்திரம் நேற்று
மண்ணில்
இரைச்சலில்லாமல் இருந்ததுதான்

என்
ஆணவமோ
எழுதச் சொல்கிறது
என் ஆன்மயமோ
அங்கேயே நின்று கொண்டிருக்கிறது

தோலுடன் பார்க்கும் போது
வாழைப்பழம்
அழகுதான்

ஆனால்
உண்மை அழகோ
ஆன்மீக நிர்வாணம்தான்

ஒருவன் பொய் என்கிறான்
ஒருவன் மெய் என்கிறான்
எது சரி
எது பிழை
என்பது ஆராய்ச்சி

நீ விஞ்ஞானியா

நீ மெய் ஞானியா

நீ உன் வழி செல்
உன்னை விட உயர்ந்தது
இங்கு வேறில்லை

நீ மெய் ஞானியா

நீ உன் வழி செல்
உன்னை விட உயர்ந்தது
இங்கு வேறில்லை

25. எல்லை இல்லாதவன்

கவிதைகள்
கதவு சாத்துகின்றன

சொற்களோ
அனுமதி கேட்கின்றன

கணம்
காலியாகிறது

மௌனம்
பூகம்பமாகிறது

மனதில்
மழை அடிக்கிறது

தமிழோ
உறங்கிக் கிடக்கிறது

கேள்விகள் அற்ற பாதையில்
மனம்
பின் செல்கிறது

யாரும் அறியாததை
அறிந்தேன்
என்கிறது

மறுபடியும்
மறுபடியும்
மனதுக்கு
கொம்பு முளைக்கிறது

நான்
யார்

அந்த விசாரணையை
செய்பவர் யார்

மனதுக்குள்
மத்தளம்
அடிப்பவர் யார்

மனதே
மனதுக்கு
வழி சொல்கிறது

மனதே
மனதை
விசாரிக்கிறது

நடிகன்
நாடகம்
பார்க்கிறான்

மனதின்

நடிகன்
நானல்ல

மனதே
தனது நாடகத்துக்கு
கை தட்டுகிறது

சொற்கள்
சுகமாக
உட்கார்ந்திருக்கின்றன

மனம்
சொற்களோடு
போர் தொடுக்கிறது

நாக்கு
பீரங்கியைப் போல்
சொற் குண்டுகளை
தேடுகிறது

தேரை ஓட்டுவதுதான்
கிருஷ்ணனின் வேலை

அம்பைப் பற்றி
அர்ஜுனன் மனது யோசிக்கட்டும்

கர்வம் என்னும்
கர்ணன்
அழியப் போகிறான்

நானோ
தெருப்புத்தன் போல
திரைக்காட்சி பார்க்கிறேன்

யாருக்கு
யார் இங்கு பகை

உடலுக்கு
மனம் பகையா

ஆன்மாவுக்கு
மனம் பகையா

உயிருக்கும்
ஆன்மாவுக்கும்
உறவு முறியுமா

பெரு மூச்சு
பிறந்தோடுகிறது

பெயரில்லாத எனக்கு
பெயர் வைத்தவர் யாரோ

பந்தமில்லாத எனக்கு
பந்துக்கள் யாரோ

என்னால்
சிரிக்கவோ

அழவோ முடியாது

எனக்குள்
அது
அதுவாக
நான்

என்னால்
பேச முடியாது
எழுதவும்
முடியாது

என்
தொழில் என்ன

நான்
தொழில் செய்வதில்லை

மாறாக
நானே தொழிலாக இருக்கிறேன்

என்னை
உன்னால்
அடையாளம் காட்ட முடியாது

எல்லை இல்லாதவன் நான்

ஒரு சிறிய
எள்ளுக்குள்ளும்

என் சித்து இருக்கிறது

என்னைப் புடம் போட
நீ யார்

நானோ மடத்திலிருப்பவன்

தெருப் பூசாரி

விட்டு விட்டவன்
வைத்திருக்காதவன்

உனக்குப் பாதைகள் உண்டு
எனக்குப் பாதைகள் இல்லை

சின்னஞ் சிறு
கடுகுக்குள்ளும்
சிரித்து விளையாடுபவன் நான்

உன்னால் என்னை
உணர முடியுமானால்
உன் முடிவு நெருங்கி விட்டது

என்
முடிவும் ஆரம்பமும்
உனக்குள்ளே இருக்கிறது

அதை தொடவும்
தீண்டவும் உன்னால் முடியாது

நீ தான்
நான்
நான் தான் நீ

என்னை
அறிய முயன்று
வலையில் அகப்படாதே

நான் அறியும் பொருள் அல்ல

நீ விலை பேச
வேண்டும் பொருள் அல்ல

ஒவ்வொரு
பொருளிலும்
நீ என்னை அறியலாம்

உன் கேள்விகளுக்கான
விடை
என் கவிதைகளுக்குள் இல்லை

உன்னை
நீ யாரென
உன்னை நீ கேட்டுப் பார்

அப்போது
உண்மையை
நீ ஒரு கணம்

அறியக்கூடும்

நீ இறுதியில் அறிந்த
உண்மையாக
இருப்பவனும் நானே

நீ இறுதியில் அறிந்த
உண்மையாக
இருப்பவனும் நானே

26. ஊருக்கு உபதேசம்

குரு என்றால்
மிச்சமில்லை என்று பொருள்

தன்னை
தத்துவங்களால்
அலங்கரித்தவன் ஒரு போதும்
குரு ஆக மாட்டான்

உனது தாயும் தந்தையும்
இறந்து கிடக்கும் தருணம்
உன்னால் கவிதை எழுத முடியுமானால்
ஓர் பாடலை பாட முடியுமானால்
அதுவே புத்தம்

ஆசைக்குத் தீனி தான் எழுத்து

உன் ஆடைகளை கழற்றுவதால்
நீ நிர்வாணம் ஆகி விட முடியாது

புத்தர் எதையும் வைத்திருக்கவில்லை
ஆனால் எல்லாவற்றையும்
அவர் கொண்டிருந்தார்

வா
என்றால் வருதல்

சி

என்றால் மூச்சு

வாசி என்றால்

உள்ளே வரும் மூச்சு

அதை உணர்வது மட்டுமல்ல

அதன் அளவில் கணக்கில்

இருக்கிறது சிவ ரகசியம்

தன்னையே குரு என்று

சொல்பவனிடம்

என்ன இருக்கப் போகிறது

புத்தரோ ரமணரோ

அறிந்தது எல்லாம்

உலகத்தில் உள்ள ஒரே ஒரு மணல் துகளுக்கு சமம்

நான் எப்பொழுதும்

உங்களுக்கு குரு ஆக மாட்டேன்

அது ஏற்கனவே நடந்து முடிந்து விட்டது

நடந்து கொண்டிருப்பது

அவியலும் துவையலும்

ஆரம்பமாகிவிட்டது

சும்மா கவனித்துக்கொண்டிருப்பதுதான்

உங்கள் வேலை

தனக்கு ஆழ்மனம் இருப்பதாகவும்

அங்கே பதிவுகள் இருப்பதாகவும்

மனமே ஒரு கதையை கட்டவிழ்க்கிறது

ஏதோ ஒரு படியில் நின்று கொண்டு
எல்லா ஞானிகளும்
ஞானம் என்று பீற்றிக் கொள்கிறார்கள்

எவன் வாயில் வார்த்தைகள் வருகின்றனவோ
அவன் ஞானம் அடைந்தவனல்ல

ஒரு பாம்பை
இன்னொரு பாம்பு தான் அறியும்

துணிவு துணை அல்ல
இறைவனும் துணை அல்ல
உண்மையில் எதுவும் உனக்கு துணையிருக்க முடியாது

நீர்
வெந்நீர்
நீராவி
இந்தக் கண்ணீரும் நடுவில் இருக்கும் ஒரு பொருள் தான்

வேலை நடந்து கொண்டிருக்கு சும்மா இரு

குண்டலியும் சுண்டெலியும்
குண்டியில் இல்லை

புத்தகமோ அண்டத்தை விடப் பெரிது
ஆளாளுக்கு ஒரு பக்கத்தைப் படித்து விட்டு
பிழைத்துக் கொண்டிருக்கிறார்கள்

எவனும் எதையும் கண்டு பிடிக்க முடியாது
அமைப்பை இயங்கச் செய்யலாம்

உண்மையில் அது
அவனால் நடந்தது அல்ல

கடவுளைத் தேடி களைச்சு ஓடி
உனக்குப் பக்கத்திலுள்ள பொருளை
கவனமாக பார்

அஞ்ஞானம்தான் உன்னுடைய
அளவுகளை காட்டுகிறது
அதுவும் கண்ணாடி உருவம்தான்
நிஜம் அல்ல

கண்ணதாசன்
இறைவனை அனுபவம் என்றார்
அனுபவங்களில் அவர் இருப்பதில்லை

மனது இல்லாத உள்ளத்திடம்
கள்ளம் இல்லை
அது திறந்த வானத்தைப் போல வெட்ட வெளிதான்

யாரும் யாருக்கும் உபதேசம் கூற முடியாது

யாருக்காகவும் நான் காத்திருப்பது இல்லை

உலகத்திலேயே சிறந்த தத்துவங்களை
தந்திருக்கிறேன் இதுவும் என் அகங்காரமே

நீ செய்ய வந்ததை செய்து முடி
உண்மையில் செய்வதற்கென்று
இங்கு ஒன்றுமில்லை

நடிப்பது என் வேலை
நாடகத்தை பார்ப்பது உன் வேலை

ஒரு பொழுதும் இறைவனின் நாக்காக
நீ மாறி விடாதே

மேற்கண்டவற்றை மிக ஆழமாக
பல முறை படி விளங்கும்
என் அடையாளம் உனக்குத் தேவையற்றது

உனக்கு நீ தான் சொந்தம்
வேறொருவருமில்லை

நான் எதை உன்னிடம் யாசித்திருந்தேன்
எதுவுமில்லை

ஒரு சிறு சோகத்தையே உன்னால் சுமக்க முடியாதுள்ளது
ஊருக்கு உபதேசம் என்று நீ ஆரம்பித்து விடுகிறாய்

தன்னை தனியாக விட்டவன் தான்
இறைவன் வழி போகிறான்

சொந்தம் என்று கொண்டாடியவன்
அழுவதற்கு ஆயத்தமாக இருக்கிறான்

எளிதாக எழுதிய இந்த தத்துவமே உனக்குப் புரியவில்லையானால்
ஒரு பைபிள் ஒரு குர்ஆன் ஒரு கீதையால் கூட உன்னை அறிய
முடியாது

இன்றைக்கு ஒரு நல்ல நாள்
இப்போது நல்ல நேரம்
இந்த நொடி அதை விட சிறப்பு

முழுமையும் பூரணமும்
குருவிடம் உண்டு

உண்மையான குருவினால்
ஆக முடியாதது ஒன்றில்லை

யாரும் யாருக்கும்
இந்த தத்துவங்களை சொல்லவில்லை
இதை யாரும் கேட்டவனுமில்லை

ஆமென்

ஆமென் (ஆ என்றால் இறைவன்)
என் என்றால் சொல்லு
அதாவது அதைச் சொல்லு
இறைவன் என்று சொல்லு என்று அர்த்தம்

27. சும்மா இரு

காற்றின் ஓசைகளை
காற்றிடமே விட்டு விடு

ஒரு போதும்
மொழிபெயர்ப்பாளனாக
மாறிவிடாதே

இயற்கையை
ஒரு போதும்
மொழிபெயர்க்க முடியாது

உன் கற்பனை எல்லாம்
உண்மையில் ஓர் ஆணவம்

எந்த சுகத்தையும்
சொற்களால்
ஆடை கட்ட முடியாது

சுகத்தின்
அனுபவங்களுக்கு
வார்த்தைகள் இல்லை

இதயத்தின் இசை
என்றும்
உண்மையானது

அறிவின் சுவர்களில்
அதை அடைத்து வைக்க
முடியாது

• 114 •

பேசியே இறந்தவனை விட
பேசாமல் இறந்தவன்
குறைவு எனலாம்

மௌனம்
ஒரு அமைதியின்மை

மௌனத்தைவிட
இருத்தல் மட்டும் அழகானது

மௌனத்தில்
வார்த்தைகள் உண்டு

சும்மா இருத்தலில்
வார்த்தைகள் இல்லை

அழகும் அழகின்மையும்
எங்கும் உண்டு

இது பார்ப்பவனின்
மொழிபெயர்ப்பு

பார்ப்பவன்
சும்மா இருந்தால்

அழகும் அழகின்மையும் இல்லை

படைக்கப்பட்டதும்
நீயும்
வேறில்லை

படைத்ததை நீ
காக்கமுடியாது

அது ஓர்

ஓர் பிரவாகம்
ஓர் ஓட்டம்
ஓர் இசை
ஓர் சக்தி
ஓர் ஆன்மா
ஓர் ஆனந்தக்கும்மி

உணர்ந்தவனுக்கு
ஒளி
உணராதவனுக்கு
இருட்டு

சுலபமான பாதைக்கு
செருப்புகள் எதற்கு

விருப்புக்கள் இருக்கு மட்டும்
பாதையும் மரணமும்
கடினமானது

எல்லாம் விட்டு விட்ட
சுகம் ஒன்றிருக்கிறது
அதை
அனுபவித்தால்
புரியும்

என் ஆணவம்
நானல்ல
என் உடல்
நானல்ல
என் எண்ணம்
நானல்ல
என் மனம்
நானல்ல
என் அறிவு
நானல்ல

அப்போது எது நான்

எல்லாம் கடந்த
ஆன்மாவே நான்
அங்கே நான் இல்லை
எதுவும் இல்லை

28. உலகம்

கேள்வியென்றும்
பதில்கள் என்றும்
உலகத்திடம்
ஏதாவது உள்ளதா

நிர்வாணம்
உடுத்திய
நினைவுப் பந்தே உலகம்

ஒற்றை
அரசனின் ஆட்சியில்
பொதுமக்கள் யார்

நடனத்தை தவிர
இங்கே யாதுண்டு

வேடிக்கையும்
வினோதமும்
விழிகளின் மொழிபெயர்ப்பு

குளிரும் வெப்பமும்
இங்கே புலன்களின்
அணிவகுப்பு

இருத்தலை விட

இன்பமானது
வேறு
ஏதுண்டு

புலன் விசாரணை
மனதை மட்டுமே
கைது செய்யும்

ஆன்மாவின்
ராகங்களுக்குப்
பாடத் தெரியாது

எல்லையற்ற
சுகங்களுக்கு
பிறப்பேது
இறப்பேது

மனமது
செம்மையானால்
மந்திரம் ஜெபிக்க வேண்டா

மனமே இல்லையானால்
மாதவன்
நீதான்

தோண்டியதையே
தோண்டிக் கொண்டிருக்காதீர்கள்
நீர்வீழ்ச்சிகள் மேலே இருக்கின்றன

கேள்வியும் பதில்களும்
உன்னிடமிருப்பதால்தான்
இன்பமும் துன்பமும்
தோன்றி விளையாடுகின்றன

பதில்களை தொலைத்து விட்டு
கேள்விகள்
அலைந்து கொண்டிருக்கின்றன

கேள்விகள் அற்ற போது
பதில்களும்
காணாமல் போய் விடுகின்றன

எது கேள்வி?

உனக்குப் புரிய வேண்டுமென்பது
கேள்வி

எது பதில்
உனது திருப்தி

உண்மையில்
எல்லாம் உனக்குப் புரிய வேண்டுமா?

எதையும் ஏற்றுக் கொள்ளும்
மனப் பண்பு உண்டானால்

போராட்டம் தோற்றுவிடும்

வெற்றியும் தோல்வியும்
உன்
மதிமயக்கம்

எங்கே
உலகில் வென்றவன் ஒருவன் பெயரை
உன்னால் கூற முடியுமா

உண்மையில்
இங்கு யாரும்
வெற்றியோ தோல்வியோ
கொண்டதில்லை

சத்தியத்தின்
மறுபக்கத்தின் பெயர் தான்
வெற்றியும் தோல்வியும்

சத்தியம்
அதாவது உண்மை
அதற்கு
மறு பக்கமில்லை
அது எப்போதும் ஒற்றைச் சொல்

ஒரு வீட்டுக்கு
நீ எத்தனை வாசல்கள் வேண்டுமானாலும்
வைத்துக் கொள்
ஆனால்
கூரை எப்போதும்
ஒன்றாகவே இருக்க முடியும்

தண்ணீரில் விழுந்த இலைக்கு
எதிர்நீச்சல் தெரியாது
ஆனாலும்
அது கரையேறி விடுகிறது

உன்னை இயக்குவதை
அறிந்து கொள்

பயணம் மட்டுமே நீ செய்கிறாய்
சுமைகளை அது ஏற்றுக் கொள்கிறது

உன்னுடைய பாரங்கள் என்று
அதையேன் நீ உனக்குச் சொந்தமாக்குகிறாய்

உன் விருப்பு
வெறுப்புக்களால்
சுமை உனக்குச் சொந்தமாகிறது

ஒரு சிறிய
மலரின் நுணுக்கத்தை கவனி

படைத்தவன் அவ்வளவு
தகுதியானவன்

அவன் படைப்பில்
ஒன்றிவிடு
அதுவே
நால் வேதங்களை விட சிறந்தது

இந்தப் பிரபஞ்சத்தை விட
நல்ல குரு
உனக்கு யாரும் கிடையாது

• 122 •

அது நீயாயிருக்கும்போது
அகங்காரம் எல்லாம்
ஒடுங்கியிருக்கும்

அப்பொழுது நான் யார்

நீயே உன்னிடம்
கேட்டுக் கொள்

29. தனிமை

களைப்பு நீங்க
ஒரு கவிதையை குடித்து விடு

பிழைப்பு நடக்க
ஒரு உழைப்பை தேர்ந்தெடு

வறுமை விலக
ஆசையை விட்டு விடு

பாதை புலப்பட
பற்றியிருப்பதை விட்டு விடு

கொடுப்பதும் சிரிப்பதும்
அன்பல்ல

உன் குறைகளும் நிறைகளும்
கோடி பெறும்

கோபத்தை விலக்கிப் பார்
நீ தனியானவன் எனப்புரியும்

தனிமையை விட
சொர்க்கம் எதுவுமில்லை

வெறும் இருத்தலின்

சுகங்களுக்குள்ளே
எதையும் எழுதிப் பார்க்காதே

முடிவை எடுப்பதற்கு மட்டும்
சிந்தனைக் கதவுகளை திற

சிந்தனைக்குள் சென்று
வீடு கட்டாதே

தரையிலும் இருக்கலாம்
நாற்காலியிலும் இருக்கலாம்
அதை நீயே முடிவு செய்

அடுத்தவனைக் கேட்டு
உன் முடிவுகளை உன்னில் எழுதாதே

குரைப்பது எல்லாம் நாயல்ல
கும்பிடுவது எல்லாம் தெய்வமும் அல்ல

யாருக்கு தெரியாவிட்டாலும்
உனக்கு அது தெரியும்

உன்னை விட சிறந்த குரு
உனக்கு உலகத்தில் வேறில்லை

கர்வத்தால் கட்டிய கோட்டைகள்
கதவுகள் இல்லாமலிருக்கும்

ஆதலில்

கர்வம் மற

தொழிலை செய்வதற்குத்தான்
உனக்குரிமை
பலன்கள் என்னுடையவாய் இருக்கும்

புத்தனின் மரங்களைப் போல
பல மரங்கள் இங்கு முளைத்து விட்டன
ஆனால் வேர் ஒன்றுதான்

தத்துவங்களுக்குள்
வாழ்க்கையை தேடாதே

என்னை நீ ஏற்றுக் கொள்ளும் போது
உனக்கு விசாரணை இல்லை

ஒரு ஆட்டை வெட்டி கூறு போடுவது போல
உங்கள் மனதை வெட்டி கூறு போடுவதில்
என்ன பலன்

நன்மைக்குள்ளும்
தீமைக்குள்ளும் உற்றுக்கவனித்தால் தெரியும்
அங்கேயும் வெற்றிடம்தான் என்று

ஆற்றைக் கடப்பதற்கு
படகு செய்வதை விட
முயற்சியே முதல் தேவை

இங்கு நிரந்தமாக தோற்றவனோ

நிரந்தரமாக வெற்றி பெற்றவனோ
யாரும் கிடையது

உன்னால் ஆகாது எனும் போது
பயம் வருவது இயற்கை
நீ பயமாக மாறி விடாமலிரு

எதனுடனும்
ஒட்டியும் ஒட்டாமலும்
வாழப்பழகு

இங்கு புத்தர்கள் தேவை அல்ல
புத்த தன்மை தான் தேவை

ஒருவன் சங்கு ஊதுகிறான்
ஒருவன் பறை தட்டுகிறான்
ஒருவன் கேட்டுக் கொண்டிருக்கிறான்
இது தான் வாழ்க்கை

முக்காலும் உணர்ந்த முனிவன் கூட
வருங்காலத்தை உருவாக்க முடியாது

கோபம் தீயினை விடக் கொடியது
பல கோட்டைகள் சரிந்ததுக்கு
அதுவே காரணம்

ஒரே ஒரு மண் துகளின் இருப்புக்கும்
உன் இருப்புக்கும் வேறு பாடில்லை

சரி உன்னால் முடிந்தால்
ஒரு மண் துகளாக மாறிப் பார்
இந்த சிறிய விடயத்தை கூட
உன்னால் செய்ய முடியாது

விஞ்ஞானம் கூட
இறைவனுக்குப் பின்னே
அலைந்து பார்க்கிறது
கடவுளை கண்டுபிடிப்பதற்கு
கருவிகளை நோண்டுகின்றனர்

அடிக்கடி அறியாமையினால்
அகலமான வலையில் விழுந்து விடுகிறோம்
அழுது கொண்டே எழும்பி வர வேண்டியிருக்கிறது

இனிக்கும் கரும்பு கூட
அடியிலும் நுனியிலும் அளவு வேறு தான்

சரி இவ்வளவு பொறுமையாக
இதைப் படிக்கிறாயே
எழுத்து உன்னைப் படிக்கிறதா
நீ எழுத்தைப் படிக்கிறாயா

கடவுள் போட்ட கணக்கு
எப்பவுமே சரியாக இருக்கும்

நாங்கள் தான் கூட்டிக் கழித்து
பெருக்கிப் பிரித்து விடையை
அசிங்கமாக்குகிறோம்

30. சுய கண்ணாடி

உங்கள்
இதயத்தின் இசை
வரம்
அதை அழகு படுத்துங்கள்

மனது குப்பை மேடு
அதை
கூட்டித் தெளியுங்கள்

மௌனத்திடம்
வார்த்தைகளை
விற்று விடுங்கள்

ஒரு முறை
ஆசையயற்று
இருந்து பாருங்கள்

செய்யும் செயலில்
கரைந்து பாருங்கள்

உங்களுக்கென
கருத்துக்களை
வைத்திருக்காதீர்கள்

உங்களின் வீணை நரம்பை

நீங்கள் தான்
மீட்ட வேண்டும்

இருக்கும் கால்களைக் கொண்டு
புதிதாக நடந்து பாருங்கள்

பருகும் தேனீரிடம்
அதன் சுவை பற்றி
சொல்லுங்கள்

பூமியின் அடையாளத்தை
புனிதப் படுத்துங்கள்

நீங்கள் மோதிக் கொள்ளும்
இடங்கள் எல்லாம்
உங்கள் சுய கண்ணாடி என
தெரிந்து கொள்ளுங்கள்

இனிமையான
வார்தைகளை
இடைவிடாது பேசுங்கள்

போர் புரிய
இது
தருணம் அல்ல

உலக நடப்புக்ககளின்
சுவரொட்டியாக
நீங்கள் மாறாதிருங்கள்

எந்த உறவைவையும்
மதியுங்கள்
முடிந்தால்
திறமைகளை
பாராட்டுங்கள்

யாருக்கும்
கடனாளியாகாதீர்கள்

உங்கள் இருப்பைத் தவிர
வேறு ஒரு இருப்பு
இங்கே இல்லை

எனக்குத் தேவை நீங்கள்
உங்களுக்கு நான் தேவையல்ல

உபதேசங்களை
கடந்து விடுங்கள்
உபத்திரக்காரனுக்கு
வழி விடுங்கள்

இறைவனின் செயல் அன்றி
உங்களால் ஒரு அடி கூட
நகரமுடியாது

நன்றியை அவனுக்கு
சொல்லுங்கள்

இவ்வுடல் நாமாக
எடுத்தது அல்ல
அவனாக தந்தது

மனத்தை தவிர
நாம் எதையும் இங்கு
உருவாக்கவில்லை

ஆசையானது
தினம் எழுந்து கொண்டேயிருக்கிறது
அதை திருப்திப்படுத்தும்
வேலையைத் தான்
தினம் செய்து கொண்டிருக்கிறோம்

ஆசையிடம் இருந்து
விடை பெறுவதே
ஆன்மாவை அறிய
முதல்படி

உங்களுக்குத் தெரியுமா
உங்களின் அன்பு தான்
என்னை எழுத வைக்கிறது

ஏனெனில்
அன்பைத் தவிர
வேறு எதையும் இந்தப் பூமியில்
என்னால் அடையாளம் காட்ட முடியவில்லை

உதயகுமார் எப்போதும்
ஒற்றையன்
நாம் இருவர் அல்ல
நமது மொழி தமிழ் அல்ல
அன்பு

31. வழிப்போக்கன்

நீங்களோ
தேரில் இருப்பவர்கள்
நானோ
புழுதியில் குளிப்பவன்

தெருவில் இசைக்கும்
புல்லாங்குழலில் கூட
இசை இருக்கிறது

நானோ
வீதியின் வழிப்போக்கன்
என் இசையை
விலை பேசுவதாக எண்ணமில்லை

வீசும் காற்றுக்கு
திசை சொல்ல
யாரால் முடியும்

விரும்பிய மலர்களில்
உட்கார
வண்ணத்துப்பூச்சிக்கும்
இருக்கை உண்டு

எனக்கென்று
வழிகளை நான் உருவாக்கியதில்லை

திசைகளைக் கேட்டும்
பயணங்களை
பழக்கப்படுத்தியதில்லை

நியாயத்தையும்
அநியாத்தையும்
நிறுத்துப் பார்க்க
என்னிடம் தராசுகள் இல்லை

இருந்த இடம்
சொர்க்கமாகிறது
நான் நின்ற இடம் புனிதமாகிறது

இருந்த மனது
இசையில் கரைந்துவிட்டது
இருக்கும் மனது
என்னைக் கவிதையாக்கிக் கொண்டிருக்கிறது

கூச்சலிடாத மலர்களின்
குங்குமங்களை திருடிக் கொண்டிருப்பது
இங்கிருக்கும் வண்டுகளே

இருந்தும்
மலர்களின் தோரணங்களால்
எல்லா உயிரும்
வரவேற்கப்படுகின்றன

இழப்பதற்கு
எதுவுமில்லாத போது

எதை நாம்
இழக்க முடியும்

மடியிலே
கனம் இருந்தால் தான்
வழியிலே
பயம் தோன்றும்

நீ யார் என
விசாரணை செய்தால்
உன் சொத்து என்று
எதுவுமில்லாதது
உனக்குப் புரியும்

வேடம் போட்டவன்
முடிந்தவரை நடித்தே பார்க்கிறான்
அவனுக்கே தெரியாது
அவன் அழுகை
அவனுக்கு சொந்தமில்லை என்று

திருநீறு பூசியவனெல்லாம்
திருந்தியவனாக
சட்டம் கிடையாது

அழுக்கு
தெளிவைப் பற்றி இங்கே
பேசக் கூடும்
தெளிவோ அழுக்கைப்பற்றி
தேவாரம் பாடக் கூடும்

வாழ்க்கையில்
சமநிலை அவசியம்
அது கற்பதால்
வருவதல்ல

இனிப்பும் புளிக்கக் கூடும்
புளிப்பும் இனிக்கக் கூடும்

வாழ்க்கையை
அதன் நீரோட்டத்தில்
விட்டு விடுங்கள்

எதையும் எதிர்க்கும் போது தான்
எல்லா மழையும்
தலையில் கொட்டுகிறது

உங்களுக்கென
எதையும் நான்
எடுத்து வைத்திருக்கவில்லை

இருக்கும் போதி மரங்களிலெல்லாம்
காகமே எச்சமிடுகின்றன

ஒரு
குரல் வாங்கிக்கு முன்னால்
கழுதைகூட
குளிப்பதைப் பற்றி பேசுகிறது

மனதின் நிர்வாணம் ஒன்றில் தான்
மனிதன்
கடவுள் ஆகிறான்

வெறும் மத்தளம் தட்டுபவன்
தன்னைத் தானே
தட்டி
சுவரொட்டி ஆகிறான்

உங்களை எனக்கு
மிகவும் பிடிக்கும்
என்னை உருக்கிய சிற்பிகள்
நீங்களே

வென்றுவிடவும்
தோற்றுவிடவும்
இங்கே
எதுவுமில்லை

ஆனால் இங்கேதான்
விலைமதிப்பில்லாத
ஆனந்தமும் கொட்டிக் கிடக்கிறது

தங்கச் சுரங்கத்துக்குள்
இருப்பவனுக்கு
சூரிய ஒளியைப் பற்றி
அதன் மகத்துவம் புரியாது

மயங்கிக் கிடப்பது அவன் வேலை

மண்ணும் பொன்னும்
யாருக்கு இங்கு தேவை

அமிர்தமே
தெரியாதவனுக்கு
ஆலகால நஞ்சே
அழகாகத் தெரியக் கூடும்

என் மூங்கிலில்
எத்தனை ஓட்டைகளையும்
உலகம் துளைத்தாலும்
என்னால்
புனிதமான இசையை மட்டுமே
பிச்சையாக தர முடியும்

இந்தக் குழல்
நானல்ல
ராகமே
நானென்பதறிவாய்

32. உங்கள் வேலை

வீணை
தன் இசையென எதையும்
தேடுவதில்லை
தன் நரம்பின் வலிமையில்
நர்த்தன மாடுகிறது

மரங்களுக்கு
மலருங்கள் என்று
யாராவது கட்டளை இட்டார்களா

பாயும் நதிக்கு யாரும்
பாய்களை விரிப்பதில்லை

வீசும் காற்றுக்கு
விசிறிகளை யாராவது
கொடுத்தார்களா

இல்லை சூரியனுக்கு
யாராவது தீ மூட்டியிக்கக் கூடுமோ

உங்கள் உள்ளத்தின் இசை
ஓர் ராகம்
அதை மீட்டுவதெப்படி

ஓர் அற்புதமான இசையை

உங்களால்
மீட்ட முடியாது
அது தானே தன்னை இசைக்கிறது

உங்கள் வேலை என்று
அங்கு ஒன்றுமில்லை

மனதின்
மிகப் பெரிய மந்திரமே
சும்மா இருப்பது தான்

மனதின்
மிகப் பெரிய தந்திரமே
உங்கள் எண்ணங்கள் தான்

ஒருவன் மனதை
அடக்கு என்கிறான்
ஒருவன் கவனி
என்கிறான்

கவனிக்கும் போது கூட
மனம் அடங்குவதில்லை

கடல்
தன் அலைகளுக்காக
கண்ணீர் வடிப்பதில்லை
சிரிப்பதும் இல்லை
அது தன் ஆழத்தில்
வெறுமையாய் இருக்கிறது

உங்களுக்கென

ஓர் இசையுண்டு

அந்த ராகத்தை நீங்கள்

கண்டுபிடிக்கத் தேவையில்லை

தக்க குரு மூலம்

மிகுதி வந்து சேரும்

33. பெரு நிலை

பூசணிக்காய்
தன்னை தானே
பூசணக்காய் என்று சொல்லுமோ ?

எவன்
தன்னைத் தானே குரு என்கிறானோ
அவன்
குரு இல்லை

இது வரை
எக் குருவும்
இங்கு
பிறந்தது கிடையாது

அது
ஏற்கனவே
அங்கேயே இருந்த ஒன்று தான்

தன்னை
ஞானம் பெற்றவனாகவும்
மற்றவர்களை
அறிவிலியாகவும் நினைப்பவன்
ஞானமே பெற்றிருக்க மாட்டான்

உண்மையான ஞானியை

நீங்கள் ஒரு போதும்
காண முடியாது
அதை
அனுபவிக்க மட்டுமே முடியும்

இங்கு
ஆளுக்கு ஆள்
கத்தியை எடுத்து
சவரம் செய்கிறார்கள்

ஒருவன் கண்டேன் என்கிறான்
ஒருவன் காணவில்லை என்கிறான்
இரண்டுக்கும் வேறுபாடு இல்லை

உண்மையென்று
நினைப்பது எல்லாம் உண்மையல்ல
பொய் என்று
பிதற்றுவது எல்லாம் பொய்யும் அல்ல

காலின் செருப்பை
யாராவது
கைகளில் அணிந்து கொள்வார்களா என்ன
மனதும் ஒரு கருவியே
அதை சரியாக பயன்படுத்த வேண்டும்
பண்படுத்த வேண்டும்

நீங்கள் கேக்கும் எதுவும்
என்னிடமில்லை
ஆனாலும்

என்னிடம் அத்தனை பொருட்களும்
இருக்கின்றன

சிறகை பிடித்துக் கொண்டு
பறவையை பிடித்ததாக
பலர் எண்ணிக் கொண்டிருக்கின்றனர்

உண்மையான
குண்டலி கிளம்பியவனால்
ஒரு போதும் மீண்டு வர முடியாது

அவனால்
பேச முடியாது
சில சித்திகளை வைத்தே
கிறுக்குத் தனம் பண்ணிக்கொண்டிருக்கிறார்கள்
சித்தர்கள்

சித்தத்தை
அடக்கிய நிலையும்
ஓர் இடைநிலையே

சிதம்பரத்தில்
ஆடுவது தான் பெரு நிலை

சுத்தியலை தேடுபவனுக்கு
ஆணிதான் கிடைக்கும்

ஆணியை தேடுபவனுக்கு
சுத்தியல் கிடைக்கும்

எதையுமே தேடாதவனுக்கு
எல்லாம் கிடைக்கும்

பூரணம் பெற்ற மனிதனிடமிருந்து
எந்த புதிதான சொற்களும் உருவாகமாட்டா

என் கிறுக்கல்களை
விட்டு விடுங்கள்
எந்த சொற்களையும்
பற்றிக் கொள்ளாதீர்கள்

கரு தான் முக்கியமே ஒழிய
கருத்தல்ல

34. நிரந்தரம்

நீ என்பது
அனுபவம்
அதை முதல்
ரசி

உன்னையே
உனக்குப் பிடிக்கவில்லையானால்
உன்னைப் படைத்தவனால்
வேறு என்ன செய்யமுடியும்

உன் மகத்துவத்தை
நீயே அறியவில்லை

உன் செயல்களில் நீ
நிரந்தரமாக சிரித்ததுண்டா
நிரந்தரமாக அழுததுண்டா

ஒரு துளி அன்பையேனும்
உன்னால் நிரந்தரமாக
வாங்க முடியாது

அந்த அன்புதான்
உன் நிரந்தர ஆதாரம்
அது இன்னும் உன்னுள்
திறக்காமல் இருக்கும் புத்தகம்

உணர்ச்சி எனும் தீ மூட்ட
உள்ளுக்குள் இருக்கும் தண்ணீர்
கொதிக்கின்றது

உள்ளே உள்ள கடல்
அமைதியாகவும் ஆழமாகவும்
இருக்கிறது

உள்ளே வாசல்கதவு
திறந்திருக்க
வெளியே தான் எல்லாவற்றையும்
தேடுகிறோம்

நீ யார் என்ற விசாரணை
ஞானத்துக்கு அவசியம்

மனது எதை ஏற்றுக் கொண்டதோ
அதுதான் இன்றைய உன் வாழ்க்கை

தத்துவங்கள் எல்லாம்
மாறக் கூடியவை
புதிய காதலியைப் போல
எல்லாம் கொஞ்சநேர இனிப்பு

மன அலைகள் ஓய்ந்தவுடன்
அதன் ஆழத்தில் அமைதி
அந்த அமைதிக்குள் நுழைந்தால்
பர சாந்தம் பரப்பிரம்மம்

வாழ்வில் ஒரு முறையேனும்
உள் கதவை திறந்து பாருங்கள்
பூமிக்கு வந்த நோக்கம் புரியக் கூடும்

அன்பை யார் மீதும் நீங்கள்
சொரியத்தேவை இல்லை
அதை நீங்கள் காட்டவும் முடியாது
ஏனெனில் அது தான் உங்கள் நிரந்தர இருப்பிடம்

பட்டத்தில் கட்டும் விண் கூட
அதிகம் சீவினால் அறுந்து விடும்

உண்மையில் எதற்கும் முயற்சி செய்யாதவன் தான் முட்டாள்
புத்தர் கூட ஞானத்திற்கு முயற்சி செய்தவரே

ஒன்று உலகத்தை அழகாக்குங்கள்
இல்லையேல் உள்ளத்தை அழகாக்குங்கள்

உங்களுக்கு தெரிய வேண்டியது
தெரிய வேண்டிய நேரம் வந்தால் மட்டுமே
தெரிய வரும்
அந்த தெரிய வேண்டிய நேரம் இந்த வினாடியாகக் கூட இருக்கலாம்

யார் மனத்தையும்
காயப்படுத்தாமல் வாழப் பழகிக் கொள்ளுங்கள்

வெளியே எதுவோ அது நீ
உள்ளே எதுவோ அது நீ

உள்ளத்தின் பிரதி விம்பமே வெளியேயும்
விரிந்திருக்கிறது

உங்கள் மனம் எதையும் ஏற்றுக் கொள்ளாது
அது ஏற்றுக்கொள்ள வேண்டும் என்று
நீங்கள் தான் போராடுகிறீர்கள்

35. தொழில்

வெற்றியும்
தோல்வியும்
மனதின் கணிப்பு மட்டுமே

அலைகளே இல்லாத குளத்தில்
ஆர்ப்பாட்டம் செய்பவர் யார் ?
மனது

திசைகள்
இல்லாத பூமியில்
திசைகளை செய்தவர் யார் ?
மனது

மனதுக்கு
மத்தளமடிக்க
கற்றுக்கொடுத்தவர் யார்
அதே மனதுதான்
நான் என்று நினைக்கும்
உங்கள் மனதுதான்

மனதே ஒன்றை விரும்புகிறது
மனதே ஒன்றை வெறுக்கிறது
இதன் போது
நீங்கள் மனதாகுகிறீர்கள்

மனதிடம் கடன் வாங்காதீர்கள்
ஏனெனில்
அங்கே கடன் வாங்க
ஒன்றுமில்லை

மகிழ்ச்சியோ
துன்பமோ
எல்லாம்
மனக்கடலின் அலைகள்

அதை நீங்கள்
ஏந்திக் குடிக்கும் போதுதான்
அடுத்த வயிற்று வலி
ஆரம்பமாகிறது

நீங்கள் யார் என்பதை
நீங்கள் நம்பும் மனதுதான்
உங்களை ஒரு
உருவம் போட்டு வைத்திருக்கிறது
அது
உண்மையல்ல

உங்களின் சுய இருப்பிடம்
உங்களுக்கு தெரிந்துவிட்டால்
எல்லாம் வெற்றிதான்

வேல்
அதாவது வேலை பற்றும் போது
வேல் + பற்றி

வெற்றி ஆகிறது
அந்த வேல்
காலம் காலமாக உங்களிடமே இருக்கிறது

அது எங்கே இருக்கிறது
என்ற ஆராய்ச்சி
உங்களிடமில்லை

பணம் பற்றியே
உங்கள் வாழ்க்கை அமைந்து விட்டது

குரங்குக்கு
மனக் குரங்குக்கு
வாழ்க்கைப் பட்ட
கதையாகிவிட்டது வாழ்க்கை

இறைவனோடு
வாழுங்கள்
நீங்கள் செலுத்தும் வாழ்க்கைப் படகை
அவனிடம் விட்டு விடுங்கள்

அதன் அர்த்தம்
நீங்கள் சோம்பேறியாக இருப்பதல்ல

எதற்கும் முயற்சி செய்யாதவனுக்கு
எந்த சொர்க்கம் இங்கே
கிடைக்கப் போகிறது

பழியை ஆண்டவன் மீது

போடும் பழக்கத்தை நிறுத்திவிடுங்கள்

நீங்கள் போடும்
மனக் கணக்கிற்கு
அவர் என்றுமே விடை தருவதில்லை

தொழிலை விட
உயர்ந்த ஒன்றை
உங்களால் எனக்கு
காட்ட முடியுமா ?

செயல் அற்ற காரியம்
என்றுமே
வெற்றியை கிறுக்காது

36. அடையாளம்

மனமே எரிந்து
மயானக் காடாகும்
குளத்தில்
உனக்கென்ன வேலை

மதியை மயக்கிவிடும்
வீணை நரம்புகளை
அறுத்து விடுங்கள்

ஆசையற்ற குளத்தில்
அசையும் அலைகளை
அள்ளித் தெளித்தவன் யார்

இருட்டும் வெளிச்சமும்
இங்கே
கதவுகளை மூடியிருக்கிறது

இரை தேடி வந்த
வண்டுகள்
இறக்கை அடித்த இரைச்சலோடு
இங்கிருந்து பறந்து விட்டன

அழத் தெரியாத
கண்களும்
சிரிக்க முடியாத

உதடுகளும்
சிலை போல் ஆகிவிட்டன

பழுதுபட்ட வீணைகளை
எறிந்து விடுங்கள்

இசையை
விலைக்கு வாங்க முடியாது

இங்கே
புதிய புல்லாங்குழல்கள்
எதற்கு

நேற்று நினைத்த நிரந்தரம்
இன்று
வேறொரு மனக்கோட்டை
கட்டுகிறது

போர்கள் இல்லாத
மன ராஜ்யத்தில்
யாரங்கே
போர்க் கொடிகளை
கழற்றி விடுங்கள்

இசையற்ற
இருப்புக்குள்
என்னை எறிந்து விடுங்கள்

உருவமற்ற நிழல்களே

என்னை பின் தொடராதீர்கள்

உருவம்
எனக்கில்லாத போது
நிழல்களுக்கு இங்கென்ன வேலை

மோகத்தின்
முத்தங்களை
மொழி பெயர்க்காமல்
எறிந்து விட்டேன்

மேனகை ரம்பைகளை
வீட்டுக்குத் துரத்தி விட்டேன்

வாடகை வீட்டில்
அலங்காரங்கள் எதற்கு

புத்தனிடம்
ஞானத்தை
அவரிடமே
விட்டு விடுங்கள்

கிடைத்த
ஞானத்தை எரிக்க
எனக்கு வழி சொல்லுங்கள்

சுடுகாட்டுச் சாம்பலில்
ஆடுவது
என் வழக்கம்

பிரளயக்காற்றே
நானாக இருக்கையில்
இலைகளின் அசைவுக்கு
எப்படி கை தட்டுவது

எழுதப்படாத
கவிதையை இங்கே
எப்படி நீ
வாசிக்கக் கூடும்

உன்னையே
அறியாத நீ
என்னையறிவது
எப்படி சாத்தியம்

நானோ
கபால ஓடுகளில்
பிச்சை வாங்குகிறேன்
அகால வேளைகளில்
அயர்ந்துறங்குகிறேன்

என் அசைவையே
நீ இன்னும்
மொழி பெயர்த்துக் கொண்டிருக்கிறாய்

என்னிடம்
மனனம் செய்யும்
மந்திரங்கள் இல்லை

மதி மயக்கும்
ராகங்கள் இல்லை

என் இருப்புக்குள்
இருந்து
என் இருப்பை
உணர்கிறேன்

என்னையே
என்னால்
அடையாளம் காண
முடியவில்லை

ஏனெனில்
எந்த அடையாளங்களும்
என்னிடம் இல்லை

கங்கையாகி விட்ட
குளத்தில்
கடலின் உப்பு
இங்கு எதற்கு

உனக்குள்
எல்லா இசைகளும்
ஓய்ந்து விட்ட பிறகு
நான் வருவேன்

37. ஆகாயம்

உன் இருப்பை
நீ ஒரு போதும்
எழுதமுடியாது

ஏனெனில்
அதனிடம்
எதுவுமில்லை

உனக்குள்ளிருக்கும்
விம்பத்தைதான்
வெளியுலகில்
அனுபவிக்கிறாய்

அது
சத்தியத்தையும்
அசத்தியத்தையும்
தொலைத்து விட்ட
நிரந்தரம்

அங்கே
பேரம் பேச முடியாது

நீ யார்
என்பது
நிச்சயம்

பலவாசல்களை திறக்கும்

உன்னை
அறிவதை விட
உலக மஹா மந்திரம்
வேறு ஏதுண்டு

மனம்
மொத்த வியாபாரம்
செய்கிறது
இன்ப துன்பங்கள் என்று
உனக்கே
விற்பனை நடக்கிறது

ஒருவனின்
குணமே
அவனை
ஆளுகிறது

மிகப் பெரிய
நாடகத்தை
தானே நடிக்கிறான்
மனிதன்
பாவம் அவனுக்கு
நிரந்தரமாக கை தட்ட
யாருமில்லை

கேள்விகளோ
பதில்களோ

இல்லாத இருப்பில்
தன் கேள்விக்கு விடை கிடைத்து விட்டதாக
தானே ஏமாந்து போகிறான்
மனிதன்

நன்கு
முற்றிய பழத்தில்
விதை இருப்பதைப் போல
சுவையும் சேர்ந்தே இருக்கும்

விதையை
எடுத்துவிட்டால்
சுவை மட்டும் மிஞ்சியிருக்கும்

பேரின்பத்தை
பெறும்போது
ஆன்மாவின்
அடையாளம் தெரியாது

மனதினால்
எல்லாவற்றையும்
படைத்து விடலாம்
இறைவனை (ஆன்மாவை)
படைக்கமுடியாது

பலருக்கு
ஞானம் வந்ததாக
அலட்டிக் கொள்வதும்
அதே மனம் தான்

சகல தத்துவங்களும்
அழகான பொய்யே
சத்தியம் ஒன்று தான் மெய்

மெய்யை
மனத்தால்
அறிய முடியாது

எல்லாவற்றையும்
இழந்த நிர்வாணம் தான்
இறைவன்
அதுதான் அந்தப் பேரமுது

எல்லாவற்றையும்
அனுபவித்து விட்டு விடவே
இங்கு வந்திருக்கிறாய்
பிறகு ஏன்
பற்றிக் கொள்கிறாய்
பற்று வைக்கிறாய்

வாழ்க்கை ஓர்
அழகிய சடங்கு
அதன் அனுபவ கணங்கள் ஆயிரம்
அதை அனுபவித்து கழிக்க வேண்டும்

சிந்தனை செய்
சிந்திக்காதே
அதனால் பெற்ற அறிவும்

அடங்கினாலே
உனக்கு உன்னை ஞாபகம் வரும்

சித்துக்கள்
செய்வதாலோ
ஞானத்தாலோ
எந்த லாபமும் இல்லை

தன்னை முழுமையாக
அறிந்தவன்
தகரத்தை எடுத்து
தட்ட மாட்டான்

அவனது இருப்பு வேறு
உலகம் வேறு

ஆகாயம் என்பது
எந்த அழுக்கையும்
வைத்திருப்பதில்லை
அதே போல்
நீயும் இரு

தூய அன்பினால்
நிரம்பி வழிபவனே
இறைவன்

அதை எந்த மொழிகளாலோ
வார்த்தைகளாலோ
அளந்து பார்க்க முடியாது

யாசிப்பதற்கோ
பெறுவதற்கோ
இங்கு ஒன்றுமில்லாத போது
எதை நீ
பெற்றுக் கொள்ள முடியும்

இந்து மதம் கூறிய
தத்துவங்களை வைத்தே
இன்றைய சாமியார்கள்
பிழைத்துக் கொண்டிருக்கிறார்கள்

கண்ணாடியிலுள்ள
விம்பத்தை
அழிக்க வேண்டுமானால்
உன் பார்வையை
உனக்குள் செலுத்தி விடு

தன்னை அறிதலை விட
மேலான ஒன்று
எவ்வுலகத்திலுமில்லை

38. முக்கியமானவர்

உங்களுக்கு
மிக முக்கியமானவர் யார் ?

கோவில் பூசாரியா
இல்லை தெய்வமா
அரசியல்வாதியா
நண்பர்களா

உங்களுக்கு
மிகவும் வேண்டியவர் அவர்

இத்தனை
நாட்களாக அவரை நீங்கள்
கவனிக்கவில்லை

அந்த முக்கியநபர்
யார் ?

அது நீங்களேதான்

என்றாவது ஓர் நாள்
உங்களை நீங்கள்
பாராட்டியிருக்கிறீர்களா ?

பாராட்டிப் பாருங்கள்

பரவசப்படுவீர்கள்

உலகம்
ஆனந்தமாகும்

பார்வையின் கோணங்கள்
மாறுபடும்

உங்கள் இருப்பே
ஆனந்தமயமாகும்

ஒவ்வொரு
புதிய நாளையும்
நீங்களே வரவேற்க ஆரம்பிப்பீர்கள்

தினமும் நித்திரைக்குப்
போகுமுன்பு

உங்கள் பாத நகங்களில்
ஆரம்பித்து
ஒவ்வொரு உறுப்பாக
மனதில் எண்ணி
நன்றி சொல்லுங்கள்

அட இந்தக் கால்கள்
என்னை இவ்வளவு நாளும்
தூக்கி நடந்திருக்கிறது
உனக்கு நன்றி

இப்படி ஒவ்வொரு
உறுப்பாக ஆரம்பித்து
இறுதியில்

அன்றைய
நாளில் சந்தித்த
நபர்கள்
கோபித்துக்கொண்ட நபர்கள்
எல்லோருக்கும் நன்றி சொல்லுங்கள்

முடிவில்
அந்த இனிய நாளைத் தந்த
இறைவனுக்கும் நன்றி
சொல்லுங்கள்

உங்களையே
பாராட்டாத நீங்கள்
யாரைத்தான்
பாராட்டி விடப் போகிறீர்கள்

உங்களுக்கு
மிக முக்கியமானவர்
நீங்கள் தான்
அடுத்தவரல்ல

உங்களையே
நீங்கள் பாராட்ட
ஆரம்பிக்கும்போது
உங்கள் மகிழ்ச்சிதான்

எல்லையில்லாமல் இருக்கும்

நீங்கள் மகிழ்ச்சியாய்
இருக்கும் போது
உங்கள் எதிரே நிற்பவரையும்
நீங்கள் பரவசத்தில்
ஆக்குவீர்கள்

மகிழ்ச்சி
ஆனந்தம் எல்லாம்
என்றும்
உங்கள் உள்ளே தான்

அதை
அடுத்தவரிடம்
எதிர்பார்ப்பது
எத்தனை பெரிய தவறு

நீங்கள்
துக்கமாக இருக்கும் போது
எந்தமகிழ்ச்சியையும்
ஏற்றுக்கொள்ள மாட்டீர்கள்

நீங்கள் மகிழ்ச்சியாய்
இருக்கும் போது
எல்லாத் தேவைகளும்
அடங்கி விடும்

ஆசைகள் கூட

அடங்கி விடும்

ஆசை தானே
துயரத்தின் முடிச்சு

உங்கள்
இருப்பைப்பற்றி
ஆனந்தப்படாத நீங்கள்
குறைகளை மட்டுமே
கடுமையாக விவாதிப்பீர்கள்

இந்த பிரபஞ்சத்தில்
இனி நீங்கள்தான்
உங்களுக்கு முக்கிய நபர்

சர்வமும்
உங்களுக்குள்ளிருக்கும்போது
சர்வேஸ்வரன் எதற்கு

யாரிடம் பிச்சை கேட்பது

அன்புப் பிச்சை
ஆசைப்பிச்சை
பணப் பிச்சை
பாசப்பிச்சை

நீங்கள் கேட்காமலேயே
உங்களுக்கு எல்லாம் கிடைக்கும்
உங்களை நீங்கள் நம்பினால்

அதற்கு முதல் வழி
உங்களையே நீங்கள்
பாராட்ட
நன்றி சொல்ல ஆரம்பிப்பது தான்

39. படிப்பு

போகும் வழி
தெரிந்தவனுக்கு
பாதையில் சிரமமில்லை

வாழும் வழி
புரியாதவனுக்கு
வார்தைகளால்
ஏது இலாபம்

மரணம்
நிச்சமென்ற பிறகு
மன்னிப்பு வழங்குது மேல்

இருப்பதைக் கொண்டு
திருப்திப்படாதவன்
இந்திரன் ஆனாலும்
ஏழைதான்

அடுத்தவர்களை
அன்பு செய்யாதவன்
நரகத்தின் உச்சியில்
இருக்கிறான்

வாழ்க்கையில்
நடித்து விடலாம்

என்றபோதுதான்
இறைவனை விட்டு
மனிதன் விலகுகிறான்

நீ நீயாக இருப்பதில்
சங்கடம் ஏதுமில்லை

உன்னுடைய இசையை
எறிந்து விட்டு
அடுத்தவர் வீணையை மீட்டுவதால்
என்ன பலன்

ஆரோக்கியம்
இருக்கும்போதே
ஆண்டவனை அறிய
முயற்சி செய்

உன்னிடம் இல்லாதது
உலகத்தில்
வேறெங்குமில்லை

தன்னை அறிவதே
உலகத்தின்
மிகப் பெரிய படிப்பு

பெற்றோரை மதிக்காதவன்
பேரின்பக்கடலில்
மூழ்க முடியாது

போலியான வார்தைகளில்
பொய் அடங்கி இருப்பதைப் போல
உண்மையான வார்தைகளில்
இறைவன் அடங்கியிருக்கிறான்

இறைவன் படைத்ததில்
அழகில்லாதது எதுவுமில்லை

உன்னுடைய துன்பத்துக்கு
நீயே சொந்தக்காரன்

பிறருக்கு ஒரு போதும்
மகிழ்ச்சியை
ஊட்ட முடியாது
சேவை மட்டுமே செய்ய முடியும்

எண்ணங்கள்
உணர்ச்சிகளாக வடிவெடுத்து விட்டால்
இன்பம் துன்பம் என்ற வலையில்
நீதான் சிக்கிக் கொள்கிறாய்

இறைநிலை ஒன்றே
ஞானியரை
உன்னிடமிருந்து
பிரித்துக் காட்டுகிறது

கற்றதினால்
ஆன பலன் என்ன
உன் கண்ணீர் சுரப்பிகள்

இன்னும் காணாமல் போகவில்லை

நிரந்தரமாய்
குடியிருப்பதைப் போல
நித்தம் சேர்க்கும் பொருள்தான் என்ன

கண்கள் இருந்தும்
மனிதன் குருடாகவே இருக்கிறான்
இதயம் இருந்தும்
இன்னொருவனிடம் அன்பை
எதிர்பார்க்கிறான்

உள்ளுக்குள் சுரக்காத அன்பு
வெறும் நடிப்பு மட்டுமே

இல்லாததை இருப்பதென்பதும்
இருப்பதை இல்லாதென்பதும்
இறைவனுக்கு நீ கூறும் நித்தியப்பொய்

புனிதமான பூரணமான மனிதனை
எங்கும் நீ காணமுடியாது

உள்ளத்தை தினம் சுத்திகரிப்பவன்
எளிதில் இறைவனை அறிகிறான்

இன்றைய நாளை அழகாக்குங்கள்

40. நீயே அது

நீயே
உனக்கான மந்திரம்

வாழ்க்கையை
நேசி

அடுத்தவர்
கண்ணாடியில்
முகம் பார்க்காதே

வாழ்க்கை
வாழ்வதற்காக
தரப்பட்ட பரிசு

கடந்தகாலத்தைப் பற்றியே
கனவு கண்டு
உளறிக் கொண்புருக்காதே

கடவுள்
தேடுவதற்குரியவர் அல்ல

காற்றும் மழையும்
கடலும் பூமியும்
சூரியனும் சந்திரனும்
உனக்குச் சொந்தமானவை

இயற்கை
உனது உரிமை

இளமை
நாளை இருப்பது அல்ல

தனி வழி செல்

நீ
ஒரு முறை மட்டுமே
செய்யப்பட்டவன்

அடுத்தவரைக் கேட்டு
முடிவுகளை
எடுக்காதே

வானம்
உன்னைக் கேட்டு
மழை பொழிவதில்லை

நீ தனித்துவமான
புனிதம்

அதே போல்
அடுத்தவர்களும்
புனிதம் கொண்டவர்களே

இருப்பதைக் கொடுத்து

இணைந்து வாழ்

உண்மையை
துணிந்து பேசு

உலகம் பொய்யாலும்தான்
ஆக்கப்பட்டிருக்கிறது

கோபம்
எல்லா அழிவுக்கும்
காரணம்

சாந்தப்படு
சங்கீதம் பிறக்கும்

அடுத்தவனுக்கும்
உனக்கும்
ஒரே அளவையில் தான்
கடவுள் அளக்கிறார்

அடுத்தவருக்கு
அதிகமாகவோ
உனக்கு குறைவாகவோ
கடவுள் அளப்பதில்லை

அடுத்தவனது
தேவையை ஒட்டியே
அவனுக்கு பணம்
சுரக்கிறது

அதனால் அவன்
நிம்மதி பெறுவதில்லை

பொறாமையின்
குணத்தை
பேராற்றில் எறிந்து விடு

பெற்றவர்களுடைய
அன்பை பேணு

தந்தை தாய்க்கு
இணையான குருவை
நீ உலகத்தில் காணமுடியாது

வாழ்க்கையின்
ஒவ்வொரு கணத்தையும்
புதிதாக்கு

உனக்கு யாராவது
பல்லக்கு கொண்டு வருவார்கள்
இல்லை கூடவே இருந்து
குடை பிடிப்பார்கள் என்று நம்பாதே

உனக்கான குடையை
நீயே தனியாக செய்து கொள்

துன்பம் கூட
அவசியமான ஒன்று

நீர் கூட கலங்கித் தெளிகிறது
நீ என்ன விதிவிலக்கா என்ன

அரசனே ஆனாலும்
அவனுக்கும் கண்ணீர் உண்டு

ஆண்டியே ஆனாலும்
அவனுக்கும் மகிழ்ச்சி உண்டு

ஒரு பொய்யை
உயிரே போனாலும் கூறாதே

உண்மையின் இருப்பிடம் நீ

உனக்கான
ஒரு தத்துவத்தையோ
குருவையோ நீ ஒரு போதும்
தேடிச் செல்லாதே

எல்லாம்
உன் விருப்பப் படி
உன் தேவையைப் பொறுத்து
வந்து சேரும்

உன் வாழ்க்கைப் படகை
இறைவன் செலுத்தட்டும்

கடமையைச் செய்

கருத்தோடு செய்

இல்லை இல்லை என்று
உன்னை ஒரு போதும்
பிச்சைக்காரன் ஆக்காதே

பிறரை மதி
தேய் பிறையே ஆனாலும்
அதனோடு அன்பு செலுத்து

நீயே அது
அதுவே நீ
ஆழமாக சிந்தித்துப்பார்

நேர்மையாக நட
நேர்மை தவறியவனுக்கு
நேர்ந்த கதிகளை நீயே எண்ணிப்பார்

என்றும் எப்பொழுதும்
சமநிலையை பேணு

சாகாவரத்தால்
உனக்கென்ன லாபம்
சாகும் வரத்தால்
உனக்கென்ன நஷ்டம்

ஆன்மா அழிவதில்லை

அது பிறப்பும் இறப்பும் கடந்தது

நீ ஆன்மா

நீ உன் மனமல்ல
நீ உடலல்ல

சரி
வேதம் போதும்
விடை பெறு

உலகத்தை திருத்தும்
வேலையை விடு
அது உன் தொழிலல்ல

எல்லா விடையும்
கேள்விகளும்
உனக்குள்ளேதான்

நான் உன் கேள்வியோ
விடை யோ அல்ல
நீயே அது

41. புகழ்

அன்பு ஒன்றினால்தான்
இந்த பூமி
புனிதமாகும்

அதன்
விதையும் வேரும்
உங்களிடமே உண்டு

உங்கள் கடமைகளை
நீங்களே செய்யுங்கள்

அன்பின் இருப்பிடத்தை
நீங்கள் அறிந்து கொண்டால்
அவனுக்கு அருகில்
வந்து விட்டீர்கள் என்று அர்த்தம்

தியானம் கடவுளை அறிவது அல்ல
அது உன்னை அறிவது

புல்லாங்குழல்கள் பலவாக இருந்தாலும்
இசை ஒன்றுதானே

இருக்கும் ஒரே கடவுளுக்குத்தான்
இத்தனை ஆர்ப்பாட்டமும்

புகழின் உச்சி உண்மையில் பாதாளமே
அதன் போதையில்தான் பலர்

தர்மம் செய்வதாக இருந்தால்
உங்களின் பெயரை விட
இறைவனின் பெயரை எழுதி விடுங்கள்

ஞானக்குடமாக இறைவன் இருக்கும்போது
உங்கள் கேள்விகளுக்கு தகுந்தவர் அவர் மட்டுமே

உண்மையில் நீங்கள் உடலோ மனமோ அல்ல

அன்பை நீங்கள் உருவாக்க முடியாது
அது ஒரு சுரப்பு ஒரு நீர்வீழ்ச்சி

அது அது அதன் வேலைகளை செய்கிறது

உணவும் உறக்கமும் உழைப்பும் வாழ்க்கை என்று ஆகிவிடாது

மனமே உங்களை வழி நடத்துகிறது
இனியாவது இறைவனிடம் பொறுப்பை
ஒப்படையுங்கள்

அழகான பூமி வார்த்தைகளால் அசிங்கமாகிறது

ஆணவம் குடி கொண்ட இடத்தில்
இறைவன் கூட வாழ அஞ்சுகிறான்

முதுகை திரும்பி பார்க்க முடியாது

கடந்ததை மீண்டும் பல்லு இடுக்கில் வைத்து அசை போடாதீர்கள்

இயந்திரத்தன்மையில் இன்றைய காலம் ஓடுகிறது விழிப்புணர்வு பெற
தியானம் சிறந்த வழி

தனியாக இருப்பது தியானமல்ல
உண்மையில் மனமற்று இருப்பதே தியானம்

தினமும் இன்பம் இன்பம் என்று ஓடி
துன்பத்தின் அடியில் தான் மாட்டுப் படுகிறீர்கள்

இன்பம் என்றும் துன்பம் என்றும்
மனதே முடிவெடுக்கிறது நீங்களல்ல

மனம் நீங்களல்ல

பின்னர் எதுதான் நீங்கள்

உங்களுக்குள்ளே நீங்களே திரும்பிப் பாருங்கள் அதன் விடை தெரியும்

தன்னை அறிவதைவிட இந்த உலகில்
வேறு ஓர் பேறு இல்லை

42. கிறுக்கல்கள்

உங்களுக்கு
தெரிந்த மொழியில்
பாடுங்கள்

நீங்கள் தவழ்ந்த
மண்ணே
தாய்வீடு

இதுவரை
இழந்தவற்றிக்கெல்லாம்
நன்றி சொல்லுங்கள்

ஒன்றை வைத்திருக்கும்
போதுதான்
சுமை அதிகமாகிறது

வருவதும்
போவதும்
வாழ்க்கையின் நியதி

ஒன்று வரும்போது
துயரத்தையும்
கூட்டி வருகிறது

வாழ்க்கை

சிக்கல் நிறைந்த
போராட்டமல்ல

இன்பம்
வேண்டுமென்று
நீங்கள்தான் போராடுகிறீர்கள்

பாதுகாப்பை
நோக்கித்தான்
எல்லோருடைய நகர்வும் இருக்கிறது

நீங்கள் கொடுப்பதைவிட
வாங்குவதையே
அதிமாக விரும்புகிறீர்கள்

ஒரு உண்மையான
ஆன்மீகவாதி
கொடுப்பதையோ
வாங்குவதையோ விரும்புவதில்லை

சூடான வார்த்தைகளை
ஒருவர் முன் வீசுமுன்
அதை நீங்களே ஒருமுறை
சரி பாருங்கள்

வாழ்க்கை என்பது
திறந்திருக்கும்
பொக்கிஷம்

எதை அதிலிருந்து
எடுக்கிறீர்களோ
அப்படி ஆகுகிறீர்கள்

ஏதாவது மாற்றம் வந்தால்
ஏன் அஞ்சுகிறீர்கள்

எதையாவது நீங்கள்
உண்டாக்கியிருக்கிறீர்களா ?

போரை யாரும் உருவாக்க முடியாது
சுதந்திரத்தையும் யாரும் உருவாக்க முடியாது

இதன் விளக்கம்

சமைக்கு முன் இருந்த
அதே பொருட்கள்தான்
சமையலுக்கு பிறகு ருசியாகிறது

சமையலுக்கு முன் உள்ள
பொருட்களை உங்களால்
உண்ண முடியாது

ஏன் ?

ஏதோ ஒரு மாற்றம்
உங்களுக்கு தேவைப்படுகிறது
ருசிக்கிறது

பழுத்த பழம்
முன்னர் காயாக இருந்ததுதான்

அதன் மாற்றம் உங்களுக்கு
இனிக்கிறது

வறண்ட பூமியில்
மழை பெய்தால் அதுவும் மாற்றமே

மாற்றமில்லாத பூமியில்
உங்களுக்கு என்ன அபிப்பிராயம்

நீ தினம் மாறுகிறாய்
மரங்கள் மாறுகிறது
அவை நேற்றைய தோற்றத்தில் இல்லை
பூமி ஏன் மாறக் கூடாது ?
அது அதன் அழகில் மாறுவது சிறந்தது

ஏதாவது ஒரு மாற்றம் ஏற்பட்டவுடன்
கற்கால மனிதன்போல்
இன்றைய மனிதனும் அஞ்சுகிறான்

கடவுளை நீங்கள் ஒரு போதும்
உருவாக்க முடியாது
அது தன்னை ஒரு போதும் உற்பத்தியாக்கிக் கொண்டதில்லை

இருக்கும் ஒரு கடவுளுக்குத்தான்
இத்தனை பெயர்கள்

மதம்
மதங்கொண்டு
மனிதர்களை பிரித்து
சிரிக்கிறது

இறைவனுக்கு
மதம் என்ற ஒன்று இல்லை
அதை இருப்பதாக நம்புவது
மதத்தோடு அலையும் மனிதன்

அரசியல்வாதி
எப்பொழுதும் ஏதோ ஒன்றை சொல்ல
ஆசைப்படுகிறான்
இதற்கு நீங்களும் விதிவிலக்கல்ல

வாழ்க்கை அழகானதும் அல்ல
அசிங்கமானதும் அல்ல

சேற்றில்தான் செந்தாமரை ஒட்டியிருக்கிறது

அழகில்தான் அசிங்கமும் ஒட்டியிருக்கிறது

அழகு அசிங்கம்
இவை இரு வேறு பண்புகள்

இவற்றில் எதையும் நீங்கள் தெரிவு செய்யாதீர்கள்

அப்படி தெரிவு செய்தால்
அது போல நீங்கள் தான் மாறுகிறீர்கள்

மாற்றம் உங்களுடையது
அதுவல்ல

அது மாறாத பொருள்

எதை காண வேண்டும் என்று துடிக்கிறீர்களோ அதையே காண்கிறீர்கள்

எதுவும் அற்று ஒரு முறை இருந்து பாருங்கள்
சுய இருப்பே உண்மையான தியானம்

வாய்கிழிய கத்திவிட்டு
வந்த நோக்கத்தை தவற விடுகிறான் மனிதன்

கொஞ்சம் கொஞ்சமாக மனிதன் தன்
பண்புகளை இழக்கிறான்
அவனுக்கு வெளி உலகம் போதை ஊட்டுகிறது

தான் தன்னை தனக்குள்ளே
காண்பது அறிவு
வீண் பெருமை பேசி வீழ்வது
மடமை

ஒருவன் நுனியில் இருந்து அடியை பார்க்கிறான்
ஒருவன் அடியில் இருந்து நுனியை
பார்க்கிறான்

அடியும் நுனியும் உண்மையில் இல்லை
அப்படி அது இருக்கும் கணத்தில் நடுவில் இரு

யாரோ ஒருவருக்கு என் கிறுக்கல்கள்
பயன்படலாம் அதற்காக பதிவிடுகிறேன்

43. தத்துவ பயணம்

என்
முகத்தை துவைத்து
முகநூலில்
காயப்போட்டு இருக்கிறேன்

எழுதியது
கவிதைகள் என்று
எண்ணற்றவர்கள்
விசிறிகளோடு வந்தனர்

தமிழைச் செய்து
தங்கச்தொழிற்சாலை
கட்டுவது
என் நோக்கமல்ல

உயிரை அறிந்து
ஊஞ்சலை அறுத்து விட
உயரம் ஏறினேன்

தமிழைப் பிடித்து
நடந்தபோது
தமிழே
மௌனத்தை
விலைக்கு வாங்கென்றது

திறந்த வீட்டிற்கு
பூட்டுக்கள்
எதற்கு

திருடு போவதற்கு
இருந்தாலே
திறப்பும் பூட்டும் தேவை

வெற்றுக் குடத்தில்
விளக்கெரியும் அதிசயம்
நடத்திக் கொண்டிருக்கிறது
நாடகம்

சிரித்து அழுது
சில கண்ணீரை உதிர்த்து
அன்பு அன்பு என்று
ஏங்கித் துடித்து இறப்பது
எங்கனம் வாழ்க்கையாகும்

பதிலை தேடி
அலைந்து கொண்டிருந்த பொழுது
கேள்விகள் அதிகமாயின

இன்று
கேள்வியும் பதில்களுமற்ற
குளத்தில் நீராடுகிறேன்

உன்னை நீ
அறிந்துவிட்டால்தான்

என்னை நீ
அறிய முடியும்

என் வழியே போக
எனக்கு ஏது பயம்
இருந்தாலும்
வழி பாதை பயணம் என்று
எனக்கெதுவும் இல்லை

பயணம் ஒன்று
தோன்றினாலே
வழி என்பது
உருவாகும்

இரண்டும் இல்லாத போது
இரண்டு தோற்றங்கள்
நிச்சயம் இருக்காது

இந்தக்கணம்
வாழாத நீ
எந்தக் கணமும்
வாழப்போவதில்லை

பலருக்கு
வாழ்கை என்றாலே
வெற்றி தோல்வி
போராட்டம் என்று
எழுதி வைத்து வாசிக்கிறார்கள்

நீ போராட
இங்கு ஏதும்
இருக்கிறதா

சந்தோஷமாக
வாழ்வதற்கு
ஒருவன் போராடினால்
அவனை விட ஒரு முட்டாள்
இந்த உலகத்தில் இல்லை

நரியை பிடிக்க
தந்திரம் தேவையில்லை
இறைச்சித் துண்டொன்று போதும்

என்
இதயத்திலிருந்து
அன்பு பிறக்கிறது என்கின்றனர் பலர்
முட்டாளே
அப்படியானால்
ஈரலில் இருந்து
ஏன் இரக்கம் வருவதில்லை

என் சொந்த மூளையால்
சிந்தித்தேன்
என்கிறான்
இந்த தத்துவம்
வெள்ளைக்காரன் இறக்கி விட்டது

உன் தசை நார்கள்

உண்மையில்
சிந்திக்கிறதா

எது
சிந்திக்கிறது என்று நீ
அறிந்து கொண்டாலே
ஞானம் பெற்றவனாவாய்

வெள்ளைக்காரன்
அவிழ்த்து விடும்
வித்தைகளுக்கு அளவு இல்லை

BiG BANG
பெரு வெடிப்பு
தோன்றி உலகம் விரியுதாம்

பெரு வெடிப்பே
தோன்றவில்லை
அது என்றும் இருந்த ஒன்று
பலூனை ஊதிக்கொண்டிருப்பவன்
வேறு யாருமல்ல
நீ
உனது கர்மா

ஒவ்வொருவனும்
சந்தோஷம்
வர வேண்டுமென்பதற்காக
ஒவ்வொரு குட்டிக்கரணம்
போடுகிறான்

குரங்கிலிருந்து
பிறந்தானாம் மனிதன்
டார்வின்
அவிழ்த்து விட்டது

அதுதான்
இந்த வெள்ளைக்காரனுக்கு
குரங்குப்புத்தி

எதையாவது
கணித முறை மூலம்
நிரூபித்து விட்டால்
முட்டை இட்ட கோழி போல்
கொக்கரிப்பது அவன் வழக்கம்

எதை
நீ
நிரூபிக்கிறாயோ
அது ஒரு தோற்றம் மட்டுமே
அது
ஒவ்வொரு நிலையிலும்
ஒவ்வொரு கோணம் காட்டும்
தன்மை கொண்டது

சரி
தத்துவம் என்னிடம்
படித்தது காணும்
தத் + துவ

துவ என்றால்
இரண்டு
தத் என்றால் சொல்லப்பட்டது
யாரால் சொல்லப்பட்டது

44. வெண்மை வானவில்

ஒரு
வெற்றுக்குடுவையில்
வேறென்ன மிஞ்சியிருக்கிறது

என்
வெறுமையைத் தவிர
வேறேதும்
தமிழாகவில்லை

நீ
ஒரு புள்ளியில் நின்றால்
திசை உண்டு
பரந்து நின்றால்
திசை ஏது

இருக்கும்
ஒரு சிறகை வெட்டி
எழுதிக்கொண்டிருக்கிறேன்

எங்கும்
வியாபித்த என்னை
எப்படி நீ
கையில் அடைக்கக்கூடும்

என் வார்த்தையில்

வர்ணங்கள் இல்லை
இருந்தாலும் நீயே அதை
வானவில் என்கிறாய்

குயவன்
மண்பானை செய்தாலும்
மண்ணுக்குள்ளே
பானை
நேற்றும் இருந்ததுதானே

எழுதாத வார்த்தைகளை
எப்படி நீ
படிக்கக்கூடும்

என்னுடைய
மௌனங்களை
எந்த வார்த்தையில்
இறக்கி வைப்பது

ஒரு
வெற்றுக் கடுதாசியில்
வெண்மையைத் தவிர
வேறேதுமில்லை

அழகான
பொய்களுக்கு
அலங்காரம் தேவையாகிறது

உண்மைக்கு

ஏது
அலங்காரம்

சுவர்களை நான்
கட்டியிருந்தால்
அங்கே எனது சித்திரங்களை
வரையக் கூடும்

சுவர்களே இல்லாத
சுகத்தில் கிடப்பவனுக்குள்
ஏது சித்திரம்

என் வெறுமை
இனிக்கிறது
இனிப் புலமை
கசக்கிறது

துவைத்த துணி
காய்ந்தாலே
உடுத்திக் கொள்ளலாம்

ஈரமான
இதயத்தில் தான்
எத்தனை வார்த்தைகள்

அத்தனை
வார்த்தைகளையும்
நாள் பார்த்தும்
ஆள் பார்த்தும்

பேசி மகிழ்வது ஏன்

அகங்காரம்
பேச
அழைக்கிறது

அழைப்பிதழ்
இல்லாத மேடையில்
வார்த்தைகளை
கொட்டி அழுகிறோம்

உணர்ச்சியின் மீதே
நர்த்தனமாடும்
உடம்பு இது

உள்ளுக்குள்
எட்டிப் பார்க்க
ஏனோ தவறிவிடுகிறோம்

அதை
கண்டவன் பேசமாட்டான்
பேசுபவன் காண மாட்டான்
அதை உண்டவன்
நித்திரை கொள்ளமாட்டான்

எதை எதிர்பார்த்து நீ
இங்கே
வருகிறாய்

தர்மத்துக்கென்று
தராசுகளை நான்
செய்யவில்லை

ஒருவனே
வாழும் அண்டத்தில்
ஓராயிரம்
நிறங்கள் ஏன்

தடக்கி விழுந்துதான்
தமிழில்
சிரித்துக் கொண்டேன்

உன்னுடன் பேசுவது
உனக்கும் எனக்கும்
ஏன் பிடிக்கிறது

உண்மையை சொல்ல
ஏனோ
இன்று வரை
இதயம் தனியாக துடிக்கிறது

இங்கிருந்து
நீ எடுத்துப் போக
ஒன்றுமில்லை

உன்னிடம்
எல்லாம் இருக்கிறது

கர்வத்தை
விட்டு ஒழி

காலம் நிற்கும்
கதவு திறக்கும்

உள்ளே
உன்னைத் தவிர
வேறு யாரும்
இருக்க மாட்டார்கள்

நீ
ஏறிய
ஒவ்வொரு படிகளுக்கும்
பரிசு
உன்னிடமே காத்திருக்கிறது

அண்டங்களை
செதுக்கியவன் நீ
அழுது சிரிப்பதில்
ஏது இலாபம்

துன்பங்களை
உருவாக்கிக் கொண்டு
தொலைதூரம் போகாதே

இந்தத் துறவியிடம்
வேண்டியதை
இங்கேயே இப்போதே

விட்டு விட்டுப் போ

ஒளியை தூக்கி
உச்சியில் வைத்தவனுக்கு
ஏது விசாரணை

குழியில்
விழுந்து
மரணம் பாடுவதே
மனித உடம்பு

நீ தெய்வமாகத் தான்
இந்த
திருக்குறள் சொன்னேன்

எதுவும்
ஆகாமல்
இப்படி இங்கே இரு

நடிப்பும்
பாட்டும்
நடிகனுக்கு சொந்தம்

உனக்கு
ஏது நடிப்பு

நீ நீயாக இரு
இதன் அர்த்தம்
உனக்குள்ளே நீ இரு

மனம்
இரட்டையானால்
மத்தளம்தான்
இரு பக்கமும் அடி விழும்

ஒற்றையான மனதில்
ஒன்று மட்டும் தான்
மிஞ்சியிருக்கும்
அது யாரென கண்டுபிடி

புதிய ஆண்டு
பழைய ஆண்டு
உன் புத்திக்குள் தான்
இதுவெல்லாம்

நீ சக்தியை மீறியவன்
சிவத்தை வென்றவன்
காலம் என்பதையே
காலால் சிருஷ்டித்தவன்

இதை அறியும்வரை
கடமையை செய்

அதன் பலனை
எப்போது எப்படி
எங்கே கொடுக்க வேண்டும் என்பது
என் ரகசியம்

போ
ஆணவம்
இல்லாமல் போ

அண்ணாந்து பார்
அண்டம் எவ்வளவு
பெரியது என்று
இனி
இந்த துறவியின் கதவுகளை
தட்டிக் கொண்டிருக்காதே

திறந்திருக்கும் கதவு
பூட்டில்லாமல் இருக்கிறது
இனி உள் நுழைவதில்தான்
உன்
வெற்றி தோல்வி
அடங்கியிருக்கிறது

45. வாழ்க்கை பயணம்

படகை கைவிட்ட பிறகு
பயணத்தின் மீது
ஆசை எதற்கு

நிரந்தரங்கள்
பொய்யான பிறகு
நியாயங்கள் மீது
தர்க்கம் எதற்கு

மரத்திலுள்ள
பலாப்பழம்
மழை பெய்தாலோ
புயல் அடித்தாலோ
வெய்யில் அடித்தாலோ
பழுப்பதை நிறுத்தி விடுமா ?

வெளிச்சூழல்
மரத்திலுள்ள பலாப்பழத்தை
பாதிப்பது இல்லை

காய்
கனிந்தே ஆக வேண்டுமென்பது
விதி

எல்லைகளை

விரித்துக் கொள்வது
சுதந்திரமா

எல்லைக்குள்
அடக்கமாவது
சுதந்திரமா

இரண்டும் அற்ற
தன்மை எதுவோ
அதுவே
வியாபிக்கிறது
விரிகிறது

இருப்பு ஒன்றே
சத்தியமானது

விருப்பும்
வெறுப்பும்
வினைகளை
விளைவிக்கிறது

எடுத்த காலை
முன்வைப்பது சிறந்ததா
பின் வைப்பது சிறந்ததா

நீங்கள்
எப்படி அசைந்தாலும்
முன் நோக்கித்தான்
செல்கிறீர்கள்

மேற்கண்டது
மிகப்பெரிய
தத்துவம்
விட்டு விடாதீர்கள்

தெளிந்து
இருக்கிறேனா
குழம்பி இருக்கிறேனா
என்ற பேதமை
எந்த மையத்தில் இருக்கிறது

இல்லாததை
சிருஷ்டிப்பதில்
மனிதன் வல்லவன்

இருப்பதை
அறியாதவனும்
அவனே

எப்பொழுதோ
உடைந்து விட்ட
கடந்தகால
விம்பக் கண்ணாடியை
ஒட்டப் பார்க்கிறான்

காலம் என்பது
காட்சிகளையே
திரையிட்டுக் கொள்கிறது

இதில் ஒட்டுவதற்கும்
எதிர்காலத்தை
உருவாக்குவதற்குமான தேவை
என்ன இருக்கிறது

ஒரு தனி மனித
சுதந்திரத்தில்
நீங்கள் தலையிட்டுக் கொள்ளாதவரை
உங்களின் தலைதான்
தப்பிக்கிறது

இரண்டு வார்த்தைகள்
மனிதனிடம்
இருக்கின்றன
போற்றுவது
தூற்றுவது

நல்லது
கெட்டது என்று
தான்
அறியும் போது

அந்த
வார்த்தைகளில்
அவமே
உட்கார்ந்து விடுகிறான்

ஆதலில்

போற்றுவதையும்
தூற்றுவதையும்
விட்டு விடுங்கள்

எதையும்
ஏன்
எதற்காக
இந்த எண்ணம்
என்னுடையதா என்று
நீங்களே கேளுங்கள்

அது
ஒரு போதும்
உங்களுடையதாக
இருக்க முடியாது

உங்களால்
நிரந்தரமாக
தனித்தும் இருக்க முடியாது
ஒன்று சேர்ந்தும்
இருக்க முடியாது

பேதமைதான்
காரணம்
நான் வேறு
நீ வேறு

எதையும்
இரண்டாக்குவதில்

உங்கள் எண்ணங்கள்தான்
பங்கெடுக்கிறது
நீங்கள் அல்ல

சித்தம்
தெளிவாக இருந்தால்
சிவன் வந்து ஆட
வசதியாய் இருக்கும்

ஒரு
வெறும் கோப்பையில் தான்
தேனீரையோ
தண்ணீரையோ
ஊற்றிக் கொள்ளலாம்

நிரம்பிய கோப்பையில்
நிரப்ப என்ன இருக்கிறது

தேவைகளை மட்டும்
எடுத்துக் கொண்டு
ஆசைகளை
விட்டு விடுங்கள்

கோப்பை
காலியாகி விடும்

அது என்ன ?
அவன் யார் ?
என்ற விசாரணை

உங்களை வெளியில் அழைத்துச்செல்லும்

நான் யார்
எங்கிருக்கிறேன்
நான் என்பது யாது
நான் என்பது என் உடலா
என் எண்ணமா
என் சுயம்
என் சுய இருப்பு எங்கே
என்று விசாரணை செய்வீர்களாயின்
அது உங்களை
உள்ளே அழைத்துச் செல்லும்

உண்மை எது
பொய் எது என்பதை
அறிவது வாழ்க்கை இல்லை
தன்னை அறிவது தான்
மெய்யான வாழ்க்கை

என்னிடம்
ஏதோ ஒன்று
இருப்பதாக எண்ணும்
நோக்கமே
தவறுதான்

மேற் கண்டது
யாருக்கோ
பயனாக இருக்கும் என்பதற்காக
பதிவிடுகிறேன்

46. பாதுகாப்பு

சொர்கத்தின் கதவுகளுக்கு
பூட்டு இல்லை
ஆனால்
அதை நரகத்தில் இருந்து கொண்டு
யாசிப்பதுதான் மடமை

திறந்த வெளிக்கு
யாராவது யன்னல்களும்
கதவுகளும்
வைப்பார்களா என்ன

மனிதன் இதை செய்ததால்தான்
அவனுக்கு கதவும் பூட்டும்
தேவையாகியது

பலர் சாவிக் கொத்தோடு
அலைவதை
நீங்கள் கண்டிருப்பீர்கள்
ஏன்
அது உங்களிம் கூட இருக்கலாம்

பாதுகாப்போடு பழகிய வாழ்க்கை
பணமும் பாதுகாப்பும் இல்லையேல்
மனது அழ ஆரம்பிக்கிறது

இனியும் ஏதாவது
பறி போய்விடுமோ
என்று
மனது எல்லாவற்றையும்
பற்ற ஆரம்பிக்கிறது

கடந்து வந்த ஆற்றில்
கற்களை எறியாதீர்கள்

இங்கே காற்றுக்கும்
தனி சுதந்திரம் உண்டு

நீங்கள்
சேகரித்த குப்பைகளை கூட்டிக் கொண்டு
சொர்க்கம் போகலாம் என்று
கனவு காணாதீர்கள்

குப்பைகளுடன்
குடும்பம் நடத்தும்போது
கும்பிடும் ஆசை வராது
கும்பிடும் போது
குப்பைகள் அருகில் வராது

ஒருவரிடம் பழகி
தெரிந்தவுடன்தான்
நீங்களே
அவர் பெயரை சொல்ல ஆரம்பிக்கிறீர்கள்

தெரியாதவரின் பெயரை

எப்படி சொல்வீர்கள் ?

கடவுளும் தெரியாதவர்தான்

உங்கள் நம்பிக்கையை
யாரிடமும் அடகு வைக்காதீர்கள்

நம்பிக்கை என்றாலே
ஆழ்ந்த கருத்துத்தான்

நதிகள் தங்கள் கரையை
தாம் அமைப்பது போல
உங்கள் கரைகளை
அடுத்தவர் போட
அனுமதியாதீர்கள்

தீ
இப்படித்தான்
எரிய வேண்டுமென்பதில்
எந்த தீர்மானமும் வைத்ததில்லை

இருக்கும் சிறகுகளை
வெட்டி விட்டு
பறப்பதற்கு ஆசைப்படுகிறோம்

பறத்தல் கூட ஓர் நகர்வு
இருப்பு அதைவிட சொர்கமானது

கோழியா

முட்டையா
முதலில் வந்தது

சொற்களே இல்லாத சொர்கத்தில்
சொற்களா
எண்ணங்களா
முதலில் வந்தது ?

எது வந்த போதும்
எண்ணங்கள்
உங்களுடையவை அல்ல

மனம் அழிந்து விட்டால்
மறுபிறப்பேது

முதற் படியில்
காலை வையாத போது
உச்சியில் ஏறும் எண்ணம்
தேவையற்றது

தத்துவம் கூட
வெங்காயம் போன்றது
உரித்தால்
உள்ளே வெறுமைதான்
அங்கேயும் வெளிதான்

மனத்தை தூக்கி
மறுபடி
மறுபடியும்

காவடி ஆடுகிறோம்

ஆட்டம்
இன்னமும்
முடியவில்லை

அடங்கியதுக்குள்ளேதான்
அகல் ஒளி
அடக்கப்பட்டதுக்குள் அல்ல

47. வேலி

விளக்கை யார் ஏற்றினாலும்
அதிலிருந்து
வெளிச்சம் தான் வரும்

ஆனால்
எது விளக்கு எனும்
அறிவில்தான்
எல்லோரும்
முட்டாளாய் இருக்கின்றனர்

இரட்டை மனது கொண்டவர்களுக்கே
நம்பிக்கை தேவை
ஒற்றையில் இருப்பவர்களுக்கு
அது தேவை இல்லை

நம்பிக்கை என்பது
எல்லைகளை உடையது
அதற்கு அப்பால்
நீங்கள் ஒரு போதும் செல்ல முடியாது

வேலிகளை தாண்டும் போது
விரியும் பிரபஞ்சத்தை
உணரலாம்

வேலியாக இருப்பது

நான் என்ற அகந்தை

நான் எனக்கு
எல்லாம் தெரியும்
என்பவன்
தன் முதுகை தானே
திரும்பிப் பார்க்க முடியாதவன்

வா
வழியைக் காட்டுகிறேன் என்பவன்
ஒன்றும் அறியாத கோழை ஞானி

உண்மையான ஞானி
ஒருபோதும்
வழியைக் காட்டுவதில்லை

எல்லாப் பாதைகளும்
அங்கே தான் செல்கிறது

நீங்கள்தான் பாதைகளை
தேடிக் கொண்டிருக்கிறீர்கள்

பாதைகளே
அற்ற பயணம் இது
ஏனெனில்
இலக்கு என்ற ஒன்று
இருக்கும் போதுதான்
பாதையின் தேவை

இலக்கு இல்லாத போது
பாதையின் தேவைதான் என்ன

இருப்பவற்றை எல்லாம்
அடையத் துடிக்கிறது
மனித மனது

ஆனாலும்
அது திருப்திப்படுவதில்லை

கோவிலைக் கட்டியாச்சு
பூசாரியை வைத்தாகி விட்டது
சாமியை கும்பிடுபவர் யார்

தத்துவம் ஒரு தீவிரவாதம்
தத்துவங்களை
கடந்து விடுங்கள்

அதை கடப்பது
சுலபமான காரியம் அல்ல

உள்ளே போன தத்துவம்
வெளியே வர
காலம் செல்லும்

முதலில் கூழுக்குத்தான்
ஆசை இருந்தது
இப்போது
கூழ் காச்சிய சட்டி மீது ஆசை

நடப்பது நாடகம் என்று
அறிந்து விட்டால்
நடிப்பு நின்று விடும்

போதிக்கும் ஆசை
இருப்பவனுக்குள்
போதி மரம் ஒன்று
இருந்து கொண்டேயிருக்கிறது

உனக்கு குரு தேவையானால்
எவற்றையும் போதிக்காத ஞானியை
தேர்ந்தெடு

தேர்ந்தெடுத்ததை தெருவில் விடாதே

கண்டேன் கண்டேன்
பெற்றேன் பெற்றேன்
என்பவனால்
எதை உருப்படியாக கூற முடியும்

ஒரு நிமிடத்தில் ஞானம்
உங்கள் வலிகளுக்கு நிவாரணம்
கடை போட்டு
விற்றுக் கொண்டிருப்பதா ஞானம்

தன்னையே அறியாதவனால்
பிறருக்கு எப்படி வழி காட்டக் கூடும்

நான் அனந்தம் என்ற
உயிர் உணர்வு நிலையே ஞானம்
இதற்கு அப்பால் எதுவுமில்லை

எல்லாம் அடங்கி விட்ட
சர்வ சாட்சி நிலை

உண்மை இருப்பதால்தான்
போலிகளால் உயிர்வாழ முடிகிறது

அது இல்லாவிட்டால்
இவன் வியாபாரம் நடக்காது

48. அமைதி

அமைதியிடம்
வார்த்தைகள் இல்லை
வார்த்தைகளிடம்
அமைதி இல்லை

தெளிந்தவனுக்கு
துன்பம் கூட தேன்

துன்பத்தையும்
இன்பத்தையும்
துறப்பவனுக்கு
அமைதியின் கதவுகள்
தானாக திறக்கின்றன

உலகமும்
வாழ்க்கையும்
அதனுடன் ஒட்டும்போது
போர்க்களம்தான்

எதையாவது
பற்றிக் கொண்டு
இல்லாததை பிதற்றுவது
நம் மனமே

அமைதியின் நெருக்கத்தில்

இருளேது
ஒளியேது
மனமேது
புத்தியேது
உடலேது

நீ பிறந்ததுக்கு
காரணம் தேடுவாயாகில்
அது நீ தான்

அது போல்
உன் துன்ப இன்பத்துக்கு
காரணமும் நீயே

உன்னிடம் இல்லாத
இறைவன்
இனி வேறு எங்கிருக்கக்கூடும்

அதைத்தா
இதைத்தா
இந்த பேரம்
மனிதர்களுடையது
இறைவனுடையது அல்ல

ஒரு சிறிய அன்பைக்கூட
உன்னால்
வெளிக்காட்ட முடியவில்லையானால்
உன் பிறப்பே வீண் தான்

அடுத்தவருக்கு
பரிசு கொடுத்து
மகிழ்வது அன்பல்ல

அன்புதான் சத்தியம்
அன்புதான் சிவம்
இதை அறிந்திருக்கும் ஒருவன்
ஞானியிலும் மேலாவான்

இந்தத் துறவியிடம்
நீங்கள் எதிர்பார்பதென்ன

எனக்குச் சொந்தமானவையைத் தான்
என்னால் தர முடியும்
ஒரு வெற்றுப் பாத்திரம் கூட
உண்மையில் என்னிடமில்லை

வெறுமையின் விளிம்பில்
வீர வசனங்களேது

இன்பத்தை தேடி
அலைந்து கொண்டிருப்பவனுக்கு
தெரியாது
அருகில் துன்பத்தின் கதவு
அவனுக்காக
திறந்திருப்பது

எதையும் மகேஷ்வரனுக்கு
கொடுத்ததாக எண்ணுங்கள்

கொடுத்ததை
கணக்குப் பார்க்காதீர்கள்

உண்மைக்கு அலங்காரம்
தேவையில்லை

பெற்று வளர்த்த தாய்க்கும்
மேலானவன் இறைவன்
தாய் வேறு இறைவன் வேறில்லை
எல்லாம் ஒன்றே

வாழ்க்கை ஆற்றை கடப்பதற்கு
ஒரு சிறு படகு போதும்
அந்தப் படகுதான் இறைவன்

இருப்பதென்பதும் அது தான்
இல்லையென்பதும் அது தான்

ஊசி முனையைக் கூட
உங்களால் எடுத்துச்செல்ல முடியாத இடம் அது

கரிக்கட்டியை வைத்துக்கொண்டு
கீறி மகிழும் ஓவியன் போல
மனிதர்கள்

வானமே அற்ற எனக்கு
வார்த்தைகளால்
நிம்மதியேது

நீ காணும் தோற்றத்தில் நான்
ஆனால்
தோற்றமே நானல்ல

• 229 •

என்னை ஒரு போதும்
நீ அறிய முடியாது
நீ இதுவரை அறிந்ததெல்லாம்
நானே

49. சொந்த இசை

உங்களின்
சொந்த இசையை
யாரும் திருட முடியாது

அந்த இசை
என்றும்
அங்கே தான் உள்ளது

உங்கள் இசையை
நீங்களே
கேட்க முடியும்

அடுத்தவன்
ஒப்பாரிகளை
காலம் காலமாக
நீங்கள் தான் சேகரித்தீர்கள்

மதமோ குணமோ
நம்பிக்கையோ
நறு மணம் வீசும் மலராக
உங்களை மாற்ற முடியாது

தன்னைத் தானறிதலே
யோகங்களில் சிறந்தது

தினமும்
மரணத்தை நோக்கித்தான்
நகர்ந்து கொண்டிருக்கிறாய்
என்பதை அறி

• 231 •

தன்னைத்
தான்
உணர்ந்தவனுக்கு
பிறப்பற்ற பேரின்பம்
காத்திருக்கிறது

வாழ்க்கை என்பது
சிற்றின்பமே

இன்பமும் துன்பமும்
இயற்கை விதி

நீயோ பேரின்பப் பொருள்

நிரந்தரன்

இறப்பும் பிறப்பும்
அற்றவன்

நாய் எலும்புத்துண்டுக்கு
அலைவதைப் போல
வாழ்ந்து கொண்டிருக்கிறாய்

வாழ்ந்து கொண்டே

அதை நீ கண்டுபிடி

பிறந்த இடம்
தெரியாத உனக்கு
உன் பெயர் மீது
எவ்வளவு ஆசை

நான் நான் நானென்பது
எது

உடலா
மனமா
உயிரா
இவை எதுவுமில்லை என அறிதலே
விடுதலை

மனம்
சித்தம்
புத்தி
அகங்காரம்
இதுவே அனைத்தையும் தடுக்கும்
அலங்காரம்

காலையும் மாலையும்
தினம் ஒரு பத்து நிமிடங்களாவது
சும்மாயிருங்கள்

அப்பொழுது தெரியும்
தெரிய வரும்

எதையுமே செய்யாமல்
உங்களால் இருக்க முடியாதென

நான் யார் ?

இந்த விசாரணையே
தன்னை தானறிதலுக்கு
இட்டுச் செல்லும்

நீங்கள்
இசைத்தட்டு அல்ல
பழைய பல்லவியை பாடுவதற்கு

நீங்கள் மறைந்து விட்ட கணத்தில்
உங்கள் சொந்த குரலை
கேளுங்கள்

அப்பொழுதுதான்
இசை வராத வாத்தியத்தில்
இசை வருவது
ஆச்சரியம்தரும்

இளமை இருக்கும்போதே
ஞானத்தை பெறுங்கள்

முதுமையில்
ஒரு தடியைத்தவிர
வேறு துணை வருமோ

ஆசையென்பது
உள்ள வரை
அலை மீது
படகு விடுவது போலத்தான் வாழ்க்கை

• 234 •

ஆசையென்பது
உள்ள வரை
அலை மீது
படகு விடுவது போலத்தான் வாழ்க்கை

50. பக்குவப்பட்ட மனது

யாரோ
துளை இட்டதினால்தான்
இந்த மூங்கில்
புல்லாங்குழலாக
இசை தருகிறது

சேற்றில்
விழுந்த படியால்தான்
செந்தாமரையாலும்
முளைக்க முடிகிறது

எதிர் நீச்சல் போட்டு
எட்டும் தூரத்தை விட
நீரின் போக்கில்
அடையும் தூரமே
மிக அதிகம்

வெட்டுப்பட்ட பிறகே
வைரம் ஜொலிக்கிறது

உற்ற நண்பனும்
எதிரியாய் சிரிக்கையில்
பக்குவப்பட்ட மனது
பாதி ஞானம் பெறுகிறது

எதிரியை
வாழ்த்தத் தெரிந்த படியால்தான்
என்னில் வெற்றிடம்
விரும்பிப் போதிக்கிறது

உளி கொண்டு
செதுக்கியவன்
பூமிக்குள் போய்விட்டான்
சிலையோ
உயிராக இன்னும்
சிரித்துக் கொண்டிருக்கிறது

என்னிடம்
யாராவது உங்கள் உற்ற நண்பன்
யாரெனக் கேட்டால்
அது நானே என்று
பதில் தருவேன்

வெற்றியும் தோல்வியும்
உன் மனது
ஆனால் வெற்றிடமே
ஞானம் போதிக்கிறது

துயரமும்
சிரிப்பும்
எனக்கில்லை

மனமென்ற ஒன்று
இருந்தால்தானே

இந்த மயக்கமெல்லாம்

இது விருட்சம்
இங்கே
இளைப்பாறி விட்டுப் போவதுதான்
வழிப்போக்கன் உரிமை

என்
கிளைகளின்
விரிசல்களைவிட
வேரின் ஆழங்கள்
நீண்டதென்று
உங்களுக்குத் தெரியுமா

மின்னுவதெல்லாம்
பொன்னல்ல
பொன்னை எடுக்கும் தகுதி
மண்ணைப் புரிந்தவனுக்கே
கிடைக்கும்

குரு
குரு தான்
குருவை மிஞ்சும் சிஷ்யன்
இங்கு எவனுமில்லை

நீ ஆறடி
தோண்டினால்
நான்
பதினாறடி தோண்டி முடித்திருப்பேன்

கத்தியை
எடுப்பவன்
அந்தக் கத்தியினாலேயே
மடிந்து போவான்
இது பைபிள்

எதுவாகவும்
நானில்லை
மெதுவாகவும் நானில்லை
இந்தப் பக்குவமே
என்னை இன்றுவரை
இழுத்துச் செல்கிறது
நீ அல்ல

51. சமநிலை

ஏதோ ஒரு கவிதை
சிறகடிக்கிறது

இறகுகளை சுமப்பதால்
எந்தப்பறவையும் அழுவதில்லை

துளைகள் இருப்பதால்தான்
புல்லாங்குழல்
இசையை தேர்ந்தெடுக்கிறது

ஆகாயத்து நிலவு கூட
பூமியின் இருளை ஏற்கிறது
உண்மையில் அது
என்றுமே தேய்வதில்லை

தோற்றங்களே
சுமைகளாகி விடுகின்றன
அதே தோற்றங்கள்
சுமைகள் அற்று இருக்கின்றன

காற்றின் பாதையை
யாரும் அறிவிக்கவில்லை

உண்டு அல்லது இல்லை
இந்த இரண்டு பரிணாமங்கள்தான்

மனிதர்களுக்கு தெரிந்தவை
அடுத்த பரிணாமம்
இறைவனுடையது

கண்கள் இல்லாமல்
உன்னால் பார்க்க முடியுமானால்
நீ எதையும் காதலிக்க முடியும்

அந்தக் காதலே
அற்று விடுமானால்
கடவுளாக முடியும்

அன்புடன் இருப்பவன்
என்றுமே செல்வந்தன்
அன்பற்றவன்தான்
தரித்திரன்

சிங்கத்தின் பற்களை மட்டும் வைத்து
அதன் வீரத்தை
எடை போட முடியாது

எங்கும் வியாபித்த
என்னை அறிவதும்
சாத்தியமற்றதே

சேற்றில் கிடப்பதால்
செந்தாமரை மலர மறுத்ததா

படகு மட்டுமல்ல

ஆற்றில் விழுந்த இலை கூடத்தான்
அக்கரை போய்ச்சேர்கிறது

உணர்வே அற்ற ஜடத்திடம்
ஆசையை தவிர
எதுவுமே மிஞ்சுவதில்லை

கூடுதான்
குருவியை தேர்ந்தெடுக்கிறது

புகழின் மத்தியில் இருப்பவனுக்கும்
ஒரு குடிகாரனுக்கும்
எந்த வித்தியாசமுமில்லை
இந்த இருவரும் போதையை விரும்பியவர்களே

சத்தியத்திலிருந்து
நீ ஒரு போதும்
தப்பிக்க முடியாது

ஒரு சரித்திரம் கூட
சாகா வரம் பெற்றதல்ல

ஆசைகளை இழந்து விட்ட ஒருவன் தான்
ஆண்டவனுக்கு அருகில் இருக்கிறான்

தன்னிடம் முத்து இருப்பதாக
எந்தச் சிப்பியும் கர்வம் கொண்டதில்லை

மனிதனைத் தவிர

மற்றவை எல்லாம்
அதன் சமநிலையில் இருக்கின்றன

காகம்கூட
கூடியழைத்துத்தான்
உண்கிறது

தாகத்துக்கு உதவாத கடல் நீரை விட
பாலைவன பனித்துளிகள் மேலானவை

பசித்து வாடும் போதுதான்
பிச்சையைப்பற்றிய பிதற்றல் வருகிறது
அந்தப் பிச்சையும்
இறைவன் இட்டது என யாரும் அறிவதில்லை

52. திருவிளையாடல்

காண்டபம்
நழுவ விட்டாய்
காண்டபம் என்பது
உண்மையில்
மனமே

ஸ்ரீ கிருஷ்ணன்
உபதேசித்தது
மனமற்ற தன்மையில்
காண்டபத்தை விடு என்பதே

கெளரவர்களை
கொன்றது
மனமற்ற
தன்மைதான்

குழப்பத்துக்குள்
தெளிவும்
தெளிவில்
குழப்பமும்
அவன்
திருவிளையாடல்

இறைவனோடு
இருப்பவன் கூட

குழப்பத்தின்
சொரூபமே

ஆன்மீகம்
என்பது
உண்மையில்
அடைய எதுவுமில்லாதது

எப்போதும்
நெறிகளைப் பற்றி இருப்பதால்
ஒழுக்கமும் அடக்கமும்
உண்டாகும்

அதனை
தாண்டும் போது
ஒழுங்கற்ற
ஒழுக்கம் உருவாகும்

ஒழுக்கத்தின்
மறைவிலும்
ஓர் உண்மை
புலப்படும்

இருப்புக்குள்
அது ஒரு உணர்வு
என்று கூட சொல்ல முடியாது

வீணையின்
நரம்பை மீட்டும் போது

இசை அதன் இருப்பிடமாகிறது

அந்த இருப்பிடம்
மறையும் கணத்தில்
நிரந்தரம் சிரிக்கிறது

நல்ல பொருளுக்கு
விளம்பரம் எதற்கு

பொய் ஒன்று தான்
சாட்சிகளை
கூட்டி வரும்

இறைவனும்
விளம்பரம்
இல்லாதவர்

அது
விளம்பரம்
இல்லாத
மெய்

மரமாய்
செடியாய்
கொடியாய்
விரிந்திருப்பது
மனத்தின் வித்தே

சித்து

யாராலும்
ஆக்கப்படவில்லை
அது
தனி ஒரு மாயை

• 246 •

தாமரை மலர்
எதுவால் ஆக்கப்பட்டது
நிறத்தாலா
இதழ்களாலா
தண்டாலா
அழகாலா

அதன்
குணம்
உண்மை வடிவம் என்ன

ஆக
இறைவனை
ஒரு குணத்தை மட்டும்
அளந்து பார்க்க முடியாது

அறியத் துடிக்கும் போது
அதன்
வடிவம் மாறி விடுகிறது
அது அப்படி ஒரு சித்து

எந்தக் கணக்கையும்
எவரும் போடாத
எண்ணிக்கை அது

எப்படி
நாம்
அதை
அறிந்து கொள்வோம்

இனி எக்காலத்தும்
எவரும் அறிய முடியாத
சத்தியம் அது தான்

யாம் ஒன்றும்
அறியோம்
பராபரமே

இந்த
முக்காலத்து சித்திகளும்
நிகழ் கணத்தில்
நின்று ஆடுபவைகள் தான்

காலம்
ஒன்றில்லாத போது
பெரு வெடிப்பே
இங்கு
தோன்றவில்லை

விஞ்ஞானம்
விசிறி
செய்ய அழகு

மெய்ஞானத்தால் கூட
அறிய முடியாததை
விஞ்ஞான கரிக்கட்டியால்
விளக்கக் கூட முடியாது

ஒரு துகளை
அனுபவித்த எனக்கே
ஓராயிரம் அனுபவம்

அது
எத்தனை
அண்டங்களை
செதுக்கியிருக்கிறது என்பது
யாருக்குப் புரியும்

இறப்பும்
பிறப்பும்
இன்றைய
கனவே

நேற்று யாரும் பிறக்கவில்லை
நாளைக்கு யாரும் இறப்பதில்லை

ஒன்றை
ஒன்றுடன் கூட்டினால்
இரண்டு வரும் இது அறிவு

ஒன்றை
ஒன்றுடன்

கூட்டினால்
ஒன்று வருவது
மிகப் பெரிய சித்து

வாழ்க்கை என்பது
அர்த்தமுள்ள
அர்த்தமற்ற
சம நிலை
இது யாருக்குப் புரியும்

எல்லாம் புரிந்தது போல
மார் தட்டும் போது தான்
ஞானி கூட
கோழையாகி விடுகிறான்

சாத்திரம்
குடிப்பதே தவறு தான்
அது சாத்திரமாக இல்லை
சாத்திரமாகவும்
இருக்கிறது

விளக்கத்துக்குத்தான்
வேதமே ஒழிய
வேதத்துக்குள்
உண்மையில் ஒன்றுமில்லை

நேற்று இருந்த தத்துவம்
இன்று மாறிவிடும்
இன்று இருக்கும் தத்துவம்

நாளை மாறிவிடும்

தத்துவங்கள் கூட
அழகிய கட்டமைப்பு
அது நீ கட்டக் கட்ட
விரியும் விரியும்

விரிந்தது என்று
தேடப் போனால்
எங்கேயோ ஒடுங்கியிருக்கும்

எதுவும் உண்மையும் அல்ல
பொய்யும் அல்ல

பாதி தூரம்
வந்தவனே
இங்கு தன்னை ஞானி என்று
பிதற்றுகிறான்

ஆதி சங்கரர் கூட
முழுமையாக
அறியாத ரகசியம்
இறைவன்

இங்கு
பாதி சொன்னவன்
பல்லக்கு தேடுகிறான்

53. பெயரில்லாதவன்

மனமற்ற காற்றில் இனி
எந்தப்புல்லாங்குழல்கள்
இசைக்கக்கூடும்

மாயவனின் குழல்களில்
காற்றின் துள்ளல்கள் தான்
ஏது

நடனத்தைத் தவிர
எதை நான் இதுவரை
திரையிட்டேன்

எல்லாம் நடிப்பென்று
எனக்கு யாரும்
கை தட்டியது கிடையாது

இருக்கும் வெளிச்சத்தில்
இலை போட்டு
உட்கார்ந்து இருக்கிறேன்

இரவையும்
பகலையும்
இங்கிருந்தே
உற்பத்தி செய்தேன்

பொய்யையும்
மெய்யையும்
உடலெல்லாம்
பூசிக் கொண்டேன்

• 252 •

உனக்குப் புரிகின்ற
பாட்டில்
ராகமாய்
நான் இருந்தேன்

உன் பிறப்பும்
இறப்பும்
உன் பெயர் கொண்டு
எழுதி வைத்தேன்

உன் மருந்தும்
நோயும் நானே

நீ எனை
மறக்கின்ற வேளையிலும்
உனைப்பெற்ற
தாய் நானே

எல்லாம் என் படைப்பு
என்று நீ அறிந்திருந்தும்
எதற்கு நீ
கலக்கம் கொள்கிறாய்

இல்லாத வீணையை

எடுத்து மீட்டுபவன்
நீதானே

வீடற்ற எனக்கு
எல்லாம் வீடே

உன் விழிகளை
திறந்தால்
இருப்பவன்
நானொன்று தான்

வீணே மயக்கத்தில்
சென்ற வழியே
திரும்பிப் போகாதே

உன்
உள்ளங்கையில்
இருப்பவனுக்கு
நீ உலகம் சுற்றுவதுதான்
இங்கு வேடிக்கை

நீ தேடும்
பொருளல்ல நான்
தீண்டும் பொருளும் அல்ல

உன்னுடன்
நான் இருக்கையில்
உனக்கேது கண்ணீர்

எப்பொழுது
நான்
உன்னை
தனிமையில் தூக்கி எறிந்தேன்

நான்
மறை பொருள்
உலகத்தின்
ஒரே சத்யம்

நீ எதுவாகவும்
மாறி விடாதிரு

இங்கு
எழுதுவது கவிதை என்று
நீ தான் சொல்லிக் கொள்கிறாய்
நானல்ல

எல்லா உண்மைகளையும்
எல்லாப் பொய்களையும்
இழந்துவிட்டுப் பார்
ஒரு வேளை
நான் உனக்கு தெரியக்கூடும்

நான்
வாக்காகவும்
இருக்கிறேன்

சத்தியத்தை

தேடுபவன்
தரித்திரத்தை
அனுபவிக்க மாட்டான்

அவன்
சத்தியமாகவே
மாறி விடுவான்

நீ
சத்தியம் ஒன்றினால் தான்
ஆக்கப்பட்டாய்
இதை நீ
ஒரு போதும் மறவாதே

எனது ராகங்களில்
இல்லாதது எது

எல்லாம்
என்னுடையதுமில்லை
உன்னுடையதுமில்லை

குழப்பமில்லாத
மனத்தில்
குடி கொள்பவன் நான்

அழித்து அழித்து
நீயே ஒன்றை
திருப்பித் திருப்பி எழுதுகிறாய்
இது

எதற்காக

எப்பொழுது
நான் வலை விரித்தேன்
நீயாக விரித்த வலையில்
நீயே மீனாக
விழுந்து துடிக்கலாமா

என்
மொழி உனக்கு
விளங்குகிறதா

வழிகளைப் பற்றிக்கொள்ள
விளக்கங்கள் கேட்கிறாய்

எவ்வழியும்
இல்லாத
பாதையை எவன் அறிகிறானோ
அவனே என்னை
அறியக் கடவன்

ஒரு
சத்தியமான பொருளுடன்
விளையாடாதே

சாட்சியான பொருளாய்
நான் இருக்கையில்
என்று
எப்பொழுது

எப்படி
வருவேன் என
நீயும் அறிய மாட்டாய்
நானும் அறியமாட்டேன்

உன் அழைப்பும்
தவிப்பும்
எனக்குத் தெரியும்

இங்கேயே
இப்பொழுதுதே
இருப்பவனிடம்
என்ன பேரம்

இனிப் பேரம்
பேசாதிரு

நடக்கும் நாடகம்
உனதும்
எனது மல்ல

நீ நடிக்காமலிரு

உண்மையுள்ளவனிடம்
என்றும்
நான்
துணையாக இருப்பேன்

ஊருக்கு

உபதேசம்
செய்வதை
இனி விட்டு விடு

நீ
எல்லாம் அறிந்தவன் என்ற
மாயையை
நான் தோற்றுவிக்கும் போது
இது
எப்படி உண்மையாக இருக்கும்

என்றும்
உண்மை ஒன்றை
பற்றிக்கொள்

என் திருவடி தரிசனம்
தானாகக் கிடைக்கும்

இப்படிக்கு
பெயரில்லாதவன்

54. திருச்சபை

தேவனுடைய திருச்சபை
சமாதானங்களால்
நிரம்பியிருக்கிறது

சில சொற்களைத்தவிர
வேறு பரிசுகள்
என்னிடமில்லை

என் சொற்களை
எறிந்துவிடு

அதன் அர்த்தங்களை
விசாரணை செய்

நீ கைதாக மாட்டாய்
விடுதலை பெறுவாய்

பொய்கள் நடக்கும்
பாதையில்தான்
வானவில் வளைவுகள்

உண்மையின் பாதைகள்
உனக்கு முன்னே
விரிந்து கிடக்கின்றன

கனக்கின்ற
இதயம் தூக்கி
என்னிடம் வருகிறாய்

நீ சுமக்கின்ற
பாரத்தை
நான் அழிக்கிறேன்

உன்
பிறவியின்
பெரு இழை
பிறந்த வீடு செல்கிறது

பிதற்றுவதற்காக
உன் பிறப்பு இல்லை

எல்லோருடைய
பாத்திரங்களும் நிறையும் வண்ணம்
எனது கீர்த்தி இருக்கிறது

இன்று இப்பொழுது
இவ்விடம் இக்கணம்
உன்னிடம் இல்லாத நான்
வேறெங்கு இருக்கக்கூடும்

சர்வ லோகங்களிலும்
வியாபித்திருக்கும் என்னை
அறிவதை விட்டு விடு

சகல வேதங்களின்
கருவாகவும்
நான்தான் இருக்கிறேன்

சகல சாஸ்திரங்களின்
குருவாகவும்
நான் தான் இருக்கிறேன்

என் மீது
சாய்ந்தவனுக்கு
மரணமில்லை
துக்கமில்லை

உங்களோடு
இருப்பதைத் தவிர
நான் வேறெதுவும் செய்யவில்லை

என்னை
ஆராய்ந்து பார்ப்பது
அறிவீனம்
அங்கே நீங்கள்
வெற்றியடைய மாட்டீர்கள்

விதைக்காதவன்
அறுவடை செய்யாததைப் போல

பாவங்களை
தீண்டாதவன்
பரலோகத்தில்

ஆட்சி செய்கிறான்

எதையுமே
இங்கு கொண்டுவராத நீங்கள்
எதற்கு கூக்குரல் இடுகிறீர்கள்

உடலே வாடகை வீடு
வாடைக்காற்றை
வீட்டுக்கு கொண்டு போய்
அனுபவிக்க முடியாது

தத்துவம்
எல்லோரும் சொல்வார்கள்

என் மகத்துவத்தை
அனுபவித்தவன்
யாரிடமும் மண்டியிட மாட்டான்

எனது திருச்சபையில்
நித்திய கருமங்கள் நடந்த போதும்
எல்லோரும் நிம்மதியாக இருக்கிறார்கள்

இப்படியாக
யார் யாருக்கு
சொல்லியிருப்பார்கள்

இது
உங்களுக்காக
நான் சொன்னது

55. நித்திய மௌனம்

சொற்கள் இன்றி
சுகம் கொள்கிறது மனது

விற்கள் இன்றி
போர் மறக்கிறது

என் இருப்பை
நான் உணரவில்லை

வைகாசி வைகறை போல
பேச மறக்கிறது
என் இதயம்

விழித்திரையில் விழும்
ஓவியங்களைக் காணவில்லை

செவிப்பறையில்
தட்டிக் கொண்டிருந்த
சங்கீதங்கள் எங்கே

உயிரே பேசாத
மௌனங்கள்

எனக்கு என்ன
ஆச்சு

எதுவும் அற்ற
இந்தக் கணத்துக்கு
என்ன பெயர்

• 264 •

உணர்வுகள்
ஓய்வெடுக்கும்
வெற்றிடமாகி விட்டது மனசு

உள்ளுக்குள் இருந்த யாரோ
ஓடித் தொலைந்து விட்டார்கள்

போர் செய்து
பழக்கப்பட்ட வீரன் நான்

இதோ தீட்டிய வாள்
மழங்கிக் கிடக்கிறது

இத்தனை நாள்
என்னுக்குள் நான்
போர் செய்து கொண்டிருந்தேனா

யாரையுமே இங்கு
காணவில்லை
என் விழிகளுக்கு
என்ன பைத்தியமா

கதவுகள்
இல்லாத இதயத்தில்

எங்கே தட்டுவது

யாரங்கே
இந்த வெளிக்கு
என்ன பெயர்

இந்த
இருப்புக்கு
என்ன பெயர்

சொற்களே
இனி ஓடி வராதீர்கள் இங்கே
என்னை
சுகமாக விட்டு விடுங்கள்
இப்படியே

இந்த சுகக்குளத்தில்
அலைகளை
வலை வீசிப் போனவர் யார்

நான் இங்கே
குளமாக மாறிப் போனேன்

நீரைப் போலவே
நித்திய மௌனம்

மௌனமும் கரைந்த
மஹாநதியாக உருவெடுக்கிறது
இந்தக் குளம்

யாரும் அற்றதாய் இருக்கும்
இந்த நதிக்குப் பெயர் என்ன

அன்பு என்று
பெயர் வைத்து விடுங்கள்

இங்கே எதுவும் இல்லை

போர் இல்லை
எதிர்பார்ப்பு இல்லை
எல்லாமே கரைந்து விட்ட
கரைகள் இல்லாத கடல் இது

இந்தக் கடலில்
நீந்துவதற்கா இத்தனை நாள்
ஓடிக்கொண்டிருந்தேன்

56. சுகம்

இல்லாத சொற்களை
இருத்திவைத்து
இசைத்துக் கொண்டிருந்தேன்

இரும்பான இதயத்தை
இளக இளக
அடித்துக்கொண்டிருந்தேன்

ஓடாத காலத்தை
ஓட ஓட
விரட்டிக் கொண்டிருந்தேன்

தூங்காத விழிகளை
துயிலும்படி
சொல்லியிருந்தேன்

இல்லாத இசையை
இங்கேயே
மீட்டிக்கொண்டிருந்தேன்

அறியாத பாடல் இது
ராகமாய்
நான் இருந்தேன்

அமையாத வாழ்க்கை இது

அதற்குள்ளும்
வாழ்ந்து பார்த்தேன்

அரும்பாத மீசை இது
அத்தனையும்
வழித்துக் கொண்டேன்

ஆகாயங்களில்
நீராடினேன்

அர்த்த ஜாமத்தில்
பொட்டு வைத்தேன்

அழகை
நிர்வாணம் ஆக்கினேன்

நித்ய புத்தத்தில்
படகு விட்டேன்

நினைவுகளை தாண்டி
பறந்து சென்றேன்

நித்தமும்
ஓரமுது படைத்தேன்

கனவுகள் அற்ற சோலையில்
களவாக
பூப்பறித்தேன்

கவிதையிடம்
கவிதையை
கையளித்து அழகு பார்த்தேன்

புரியாத கவிதையை
புணைந்து பார்த்தேன்

புரிந்த பலவற்றை
மறுபடியும்
தொலைத்து நின்றேன்

கூட வரும் குயில்களை
காட்டிற்குள்
பறக்கச் சொன்னேன்

ஒரு கூட்டுக்குள்
இருந்து கொண்டு
கோவில் கட்டி மணியடித்தேன்

இருக்கும் பிரபஞ்சத்தை
எடுத்துக் குடித்தேன்

இல்லாத கதிரையில்
இருந்து
சுகம் கண்டேன்

பொல்லாத மனிதரின்
போகம் கண்டு
மெய் உரைத்தேன்

புரியாத தாளத்தில்
எழுதாத பாட்டிசைத்தேன்

எங்கும் விரிந்த என்னை
எல்லோரும்
வாழ்த்தக் கண்டேன்

தூங்கும் தமிழத்தவிர
தங்கியதெல்லாம்
துறவு பூண்டது

உறவு கொள்ள
பூனை இல்லை

துறவின் சத்தம்
துரத்தித் திரியுது

மறவின் நாக்கில்
மறுபடியும்
மந்திரம் ஒலிக்குது

மங்காத வேளையில்
மனதும் ஓர் முறை
கதவு சாத்துது

மறுபடியும் கவிதை
தமிழ் எடுத்துப் பேசுது

மற்றப்படி நான் மட்டும்
மறுபடி மறுபடி
பிறப்பெடுக்கிறேன்

வார்த்தைகள் இங்கில்லை
விசிறிகளை
வீசி விடுங்கள்

காற்று வீசும் போது
கையில்
விசிறி எதற்கு

57. அந்தரங்க வாசல்

எனக்குள்
வார்த்தைகள் அற்ற
வெறுமை அது

மனக்குடத்தின்
கோட்டைக் கதவுகளை
நானே திறந்து விட்டேன்

ஆள அரசனில்லாமல்
பட்டத்து யானைகள்
மாலைகளோடு
வலம் வருகின்றன

கேள்வியும்
பதில்களும் அற்ற
பல்லக்கு
நகர் வலம் வருகிறது

ஆராய்ச்சி மணிக் கோபுரத்தில்
ஏறிய விஞ்ஞானி
இறங்கி விட்டான்

அந்தப்புரத்தின்
காம அழகிகள்
உணர்வுகளுக்கு

உத்தரவு கொடுத்த கதவுகளை
சாத்திவிட்டனர்

மதி யோசனை
சொன்ன மந்திரி
மதி அற்ற கதிரையில்
மயங்கிக் கிடக்கிறார்

மனதுக்குள்ளிருந்த
பட்டாளத்து வீரர்கள்
பட்டாசுகளை எறிந்துவிட்டு
விடுமுறையில் சென்று விட்டனர்

என்றும் மங்காத
பொக்கிச அறையில்
நவரத்தினங்களும்
தங்கமும்
தங்களிடமே பேசிக் கொள்கின்றன

பண்டமாற்று இல்லாத
பணப் பெட்டியில்
தங்களுக்கு என்ன
வேலை என்று

அண்டை நாட்டிலிருந்து
படை எடுத்தவன்
மன்னன் இல்லாத கோட்டையில்
போரின் பயன் பற்றி
சிந்திக்கிறான்

அரசவைக் கவிஞர்
இனி யாரைப் புகழ்ந்து
ஏடுகளில் கிறுக்குவது

அரண்மனைத் தோட்டத்துக்
குளத்தில்
அல்லிகளைப் பறித்து
அழகு பார்த்த
அரசி எங்கே

அரசனுடன்
வேட்டைக்குச் சென்ற வந்த
வில்லும் நாணும்
குறி அற்ற பார்வையில்
தியானம் செய்கின்றன

அந்தப்புரத்து
அழகிகள்
அலங்காரம் செய்வதை
நிறுத்தியிருந்தனர்

தங்க அறையில் இருந்த
தராசுப் பெட்டி
இனி
எந்தப் புலவனுக்கு
எதை நிறுத்துக் கொடுப்பது

ஆம்

மனக்கோட்டையில்
இவ்வளவு மத்தளங்கள்
இருக்கும் போது
ஆட்சியின் ஞாபகம்
யாருக்கு வரும்

அரசன் அற்ற
கதிரையில்
யாருக்கு நீதி கொடுப்பது

இங்கு எல்லோரும்
மன்னர்களாகி விட்ட பிறகு
யாருடன் யார்
போர் செய்வது

தீட்டிய வாளை
துடைத்து வைப்பதை விட
திருந்தி நடப்பது
மேலல்லவா

உங்கள்
மன ராஜ்யத்தில்
நீங்களே நீதியும்
நீங்களே மன்னனும்
நீங்களே போரும்
நீங்களே மந்திரியும்

ஆள் ஒருவனல்லாத போது

எல்லாக் கோட்டைகளும்
கனவுகளும்
அழிந்து விடுகின்றன

உங்களை நீங்கள்
ஆட்சி செய்யாத பொழுதுதான்
அந்த அந்தரங்க வாசல்
திறக்கிறது

58. மெய்யே எழு

உயிரில் இறங்குதடி
ஓர் சுகம்

உணர்வுகள் அடங்குதடி
உயிரிடம்

தெளிவில் நீரிடம்
தினம்
வாங்குதடி மனம்

மனமதுவும்
கடந்து போய்
அதுவிடம்

கரைந்தழுது நின்றதடி
கண்டதும் களித்ததடி
புது சுகம்

கண்டவர் காண்பதில்லை
உண்டவர் ருசித்ததில்லை
பெற்றவர் பிதற்றியதில்லை
பித்தனும் மாண்டதில்லை

புரியடி என்னை
கிளியே

உன் புணர்வோடு நானில்லை

உடலோடு நானில்லை
உன் கருவோடும்
நானில்லை

தெருவோடு
இருப்பவனுக்கு
இத் திருவோடும்
தேவை இல்லை

பேசடி என் கிளியே
பேதைமை மறந்து
பேசடி என் கிளியே

சொற்களே அற்று
தடுமாறுகிறாயா

உன் தடுமாற்றமே இங்கு
மாற்றமா

புரியா உணர்வில்
புரிந்து அழிந்ததடி
இல்லா உலகம்
இருந்து மறைந்ததடி

சொன்னால் தமிழை
புரிவாயோ
சுகமே அதை நீ

பெறுவாயோ

சொல்லடி கிளியே
இங்கென்ன மாற்றம் கண்டாய்
உன் எண்ணத்தில்
தோற்றம் கண்டாய்

பேதைமை மறந்து
பிதற்றுகிறேன்
பிதற்றலும் மறந்து
பயணிக்கிறேன்

பிறிதில்லை
பெரிதில்லை
அடி இல்லை
நுனி இல்லை

குணமில்லை
மணமில்லை
மனமில்லை
மாயையில்லை

முற்றும் மறந்த
மூலமடி
கற்றும் காணா தேசமடி

பற்றும் அறுந்த
பாதமடி
பற்றியது எல்லாம்

வேதமடி

பகல் இரவு
பார்க்குதடி
பத்தினியே எழுவாய்

நர்த்தனம் காண
நாயகியே எழு
மெய்த்தனம் காண
என் மெய்யே எழு

59. காட்டுச் செடி

காட்டில் விதை போட்டவன் யார்
அதற்கு தண்ணீர் விட்டவன் யார்

வீட்டுத் தோட்டத்தில்
விதை போட்டவன்
யார்
விதைக்கு நீர் ஊற்றியவன்
யார்

காட்டு மரங்கள்
காலமெல்லாம் நின்றன
வீட்டு மரங்கள்
வெட்டப்பட்டு முறிந்தன

நான்
காட்டுச் செடி
நீர் ஊற்ற அவசியமில்லை
விரும்பினால் வேர்கள்
நிலத்தில் நீர் உறிஞ்சும்

என் கவிதைகள்
எனக்காக மட்டும் தான் பூக்கின்றன
எடுத்துச் சூட்டுவது
உங்கள் விருப்பம்

மரங்களில் பூக்கள்
மகிழ்ச்சியில் மலர்கின்றன
பூத்துவிடு என்பதால்
மலர்களில் வாசம்
கருத்தரிப்பதில்லை

அதிசயமாய்
பூக்கும் அனிச்சமலர் எங்கே
பொய் சொல்லும்
தாழம்பூ எங்கே

அனிச்சையாய்
என் இச்சையாய்
மலரவே எனக்காசை

சொல்லிக் கொள்ளாதீர்கள்
பூக்களை என்னில்
புதைத்தவர்
நீங்கள் என்று

இன்ப துன்ப உயரங்களில்
அழுது சிரித்த
கண்ணீர் செடி நான்
ஆதலால் தான்
காலமற்றுப் பூக்கிறது இச்செடி

கைகோர்க்க யாருமில்லையே என்று
காட்டுச் செடிக்கு கவலை இல்லை

நீங்கள் விரும்புவதற்காக
மலர்கள் மலர்வது இல்லை
உதிர்வதும் இல்லை

என் வழியில் நான் போகிறேன்.
விட்டில் பூச்சிகள் எனக்கு
வழிகாட்ட வேண்டியதில்லை

கொடுப்பவனும் நான்
எடுப்பபவனும் நான்
ஆதலால்தான் என்
கைகள் நிறைந்திருக்கின்றன

பிச்சை எடுத்தாலும்
பிறிதொருவனிடம் கையேந்த மாட்டேன்
பிறை சூடியவனைத்தவிர

எல்லாமாயும்
இருப்பவன் எதற்கு
கலங்க வேண்டும்
வெற்றிடமாய் இருப்பதென் மனம்
அதில் வினைகளை ஊற்றிக்கொள்ள
விருப்பமில்லை

கற்றுத் தரும் கல்வி
நாவில் நிற்கும்போது
காமத்தில் காதலில்
மோகம் இல்லை

என்னைப் பயணிக்க விடு
வழிமறித்தால்
ஆற்று வெள்ளத்தில்
மூச்சுக்கு யாசிக்க வேண்டி வரும்

முதலைகள் வழிவிட்டால்
ஆற்றைக்கடப்பேன் என்பதில்லை
ஆறும் நீரும்
ஆகாயமாயும் இருப்பவனுக்கு
ஆற்றுநீரின் சலசலப்போ
தவளைகளின் முனகலோ
தவம் கலைப்பதில்லை

தயவு புரிந்து கொள்ளுங்கள்
என்னையல்ல
உங்களை

60. எழுத்து

எழுத்து
விதியை மாற்றும்
வல்லமை உடையது

கழுத்து
தலையை தாங்கும்
தகுதி உடையது

எழுத்துக்கும்
கழுத்துக்கும்
என்ன சம்பந்தம்

ஒன்றுமே இல்லை என்பதே
பதில்

என்னை எழுது
எழுது
என்கிறார்கள்

உண்மையில்
எழுத்து என்னை
எழுதிக்கொண்டிருக்கிறது

கழுத்துக்கு
கத்தி வந்தபோதெல்லாம்

என் எழுத்தே போராிட்டது

ஏன்
எழுதினேன்
எதற்காக
யாருக்காக

காரணங்கள் இன்றி
கிறுக்கியது
கடவுளுக்கும் தெரிந்திருக்கிறது
அதுதான் உண்மை

ஒரு பொய்யை
மெய்யாக எழுதி விடலாம்
மெய்யை பொய்யாக
எழுதி விட முடியாது

மலை உச்சி
என்றும் அழகாக இருக்கிறது
அதன் அத்திவாரம்
ரகசிய ஆழத்தில் இருக்கிறது

இப்படி வாழ்
அப்படி வாழ்
ஆயிரம் பேர்
அர்த்தம் சொல்கிறார்கள்

எனக்கு
காது செவிடு என்று

அவர்களுக்குத் தெரியாது
கண் குருடு என்று
அவர்களுக்குப் புரியாது

அழகான பூமியில்
அன்பு சுரந்து கொண்டு இருக்கிறது
அழுவதற்கான காரணங்களை
அவர்களோ உற்பத்தி செய்கிறார்கள்

எதற்கும் அர்த்தம் தேடினாயானால்
வாழ்க்கை
உடைந்துவிடும்

அர்த்தப்படுவதாக
இங்கு ஒன்றுமில்லை

உங்கள் கண்ணீரைத் துடைக்க
உங்கள் கரங்களே போதுமானது
அடுத்தவர் கைக்குட்டைகள் எதற்கு

குதிரையின் மீது ஏறி
ஓடிக்கொண்டிருப்பவனுக்கு
குதிரையின் வேகம் தெரியாது
வெளிக் காட்சியும் தெரியாது

மனக் குதிரையும்
அப்படிதான்
அது ஓடிச் செல்லும்
பாதைகளும் கரடு முரடு ஆனது

குதிரையில்
இருந்து
இறங்கிய பின் தெரிகிறது
மனைவியின் பவித்திரம்
அடுத்தவர்களுடைய மத்தளம்

ஓடும்
சிங்கங்கள் உலவும் இடம்
உறுமும் புலிகள் வாழும் இடம்
கொத்தும் கோழிகள் கொக்கரிக்கும் இடம்
சீறும் பாம்புகள் சிரிக்கும் இடம்
எல்லாம் இந்த மனம்தான்

பிச்சை எடுப்பவன்
திருவோட்டில் என்ன எழுதி இருக்கிறதோ
அதுவே
இறைவன்

அடுத்தவன்
முதுகு சொறிந்த எனக்கு
ஆகாயத்தின் அர்த்தம்
புரிய ஆரம்பித்து விட்டது

என்னைத் தழுவ
யாருமில்லாத போது
நட்ட மரங்கள் வாழ்த்துச் சொன்னன
நடுநிசியில் இறைவன் நானுண்டு என்றான்

புடவையின் மோகத்தில்
புரியாமல் விட்ட கண்ணீர்
புரிந்த போது ஆவியானது

காதலுக்குப் பின்னால்
ஓடிக் கொண்டிருந்த எனக்கு
காதலே நான் என்றது

என் கிராமம்
எல்லாப் புழுதிகளிலும்
என்னைத் தூக்கி எறிந்தது

இன்று
வளர்ந்து விட்ட என் கவிதைக்கிளைகளில்
நீங்கள் உட்காரும் போது
என் வேர்களுக்கு
நன்றி சொல்கிறேன்

நான் கவிதை அல்ல
நாங்களே இங்கு
அழகான கவிதைகள்

என்னை
அறிந்து விட்டேன்

நான் என்பது இறந்து
நாங்கள் என்பது எழுந்து நடந்து
எதோ எழுதிக் கொண்டிருக்கிறது

எல்லாவற்றையும் விட
உயர்ந்த வேதம் நீ
ஆகையால்
மௌனமாக இரு
கவனி

என் தகப்பனைப் போலவே
தத்துவம்
பேச ஆரம்பித்து விட்டேன்
அவரைப் போல்
வாழ்ந்து விட இப்போது ஆசைப் படுகிறேன்

காங்கேசன்துறை என்
சொந்த ஊர்
எனக்கு அகரம் எழுதிக்காட்டிய மண்

என்
தந்தையை விட
மேலாக மதிப்பது
அந்த மண்ணைத்தான்

அதனால்தான்
உதயகுமார் காங்கேசன்துறை

என் உயிர்
எதுவரை ஆடும் என்பது
எனக்குத் தெரியாது

ஆனால்

ஆசைகள் நின்று விட்டது
ஆன்ம ஓசையில் மட்டுமே
இப்போது உறங்கிக் கொண்டிருக்கிறேன்

என்னை
எழுது என்று
பலாற்காரம் செய்யாதீர்கள்

இங்கு
பாடித் திரியும் குயில்கள் இல்லை
மனக் குரங்கு மட்டும்
மெதுவாக மத்தளம் அடிக்கிறது

உங்கள் வழி செல்லுங்கள்
அங்கேதான் காற்று உண்டு

ஊருக்குள்
அதிக தீக்குச்சிகள் இருந்தாலும்
சூரியனுக்கு முன்னால்
அவைகள் தேவை அற்றது

அன்பு யாசிப்பது அல்ல
கொடுத்து விடுவது
அதன் சுரப்பும் நீர்வீழ்ச்சியும்
நீதான்

சுதந்திரமாக இரு
தந்திரம் வேண்டாம்
தரித்திரம் ஆவாய்

இந்திரனே
கொடுத்தாலும்
எதையும் யாரிடமும்
யாசிக்காதே

இரும்பை தங்கமாக்கி தருவதாக
நரிகள் சொன்னாலும்
நம்பாதே

உன் கையே
உனக்கு உதவி
உழைத்ததை பகிர்

உண்மை தோற்றதாக
உலகப் புத்தகங்களில் கூட இல்லை

இன் சொல் பேசு
இரவுகள் விடிவதை
உன் கண்ணால் நீ
பார்க்கக் கூடும்

இதைவிட்டு
ஊர் வம்பு நமக்கு எதுக்கு
உலகமே நீயாகி விட்ட பிறகு
ஊமை வாழ்வு உத்தமம்

உருவிய வாளை
உறையில் போடு

உட்க்காரும் குருவிகளுக்கு
உணவளி

மரங்களையும்
மனிதர் போல நடத்து

இந்த உலகம்
வார்த்தைகள் அற்றது

உன்னை முதலில் நேசி
சுவாசம் அடங்கும்

அப்போது புரியும்
உலகமும் நீயும்
ஒன்றென்று

61. வாழ்ந்து பார்

காற்றை
கையில் இருத்தி
கதைத்துப் பார்

களங்கமில்லா
வானத்தில்
முகம் பார்

பூக்களிடம்
பேசி
முகர்ந்து பார்

வானவில்லை
சற்று
விசிறச் சொல்லு

மரங்களிடம்
மனிதனைப் போல
பேசிப் பழகு

தனிமையிடம்
நீ
துணையாக இரு

பூமிப் பந்தை

பாசத்தோடு
முத்தமிடு

எரியும் தீபத்திடம்
உன்
எண்ணங்களைச் சொல்லு

நுரைகளை
அள்ளித்தரும்
கடல் நீரின் கைகளைப் போற்று

நிலவுடன் ஒரு முறை
வானத்தில்
மிதந்து பார்

பாட்டியிடம்
பழைய கதைகளைக் கேள்

பக்கத்து வீட்டுக்காரனையும்
நலன் விசாரி

நட்சத்திரங்களோடு
நீயும்
கண் சிமிட்டு

பழைய நண்பனை
சென்று பார்

அப்பாவின் கன்னத்தில்

ஆசையாக
கொஞ்சு

அன்னையின் மடியில்
தலை வைத்துப் பார்

உன்னைத் திட்டியவனை
மனதுக்குள் நேசி

இறைவனிடம்
எப்போதும்
நன்றி சொல்லு

ஆசைகளைக்
குறைத்துக் கொள்

உள்ளதோடு
உள்ளத்திடம்
திருப்திப் படு

உன் உடலையும்
உணர்வுடன் போற்று

உண்மையை
பேசிப் பழகு

கொடுத்த வாக்கை
மீளப் பெறாதே

அதிகாலையில்
சூரியனை வாழ்த்து

அடுப்பில் எரியும்
விறகைப் பார்

அழுபவனுக்கு
ஆறுதல் சொல்லு

மலைகளில்
ஏறி
இறங்கு

கோவிலுக்கு
தனிமையில் செல்

வாழ்வே
கொண்டாட்டம் தான்

உனது கவிதையை
நீயே எழுது

அடுத்தவன்
பாதையில்
முட்களைப் பொறுக்கு

ஆகாயத்திடம்
சினேகமாகு
அங்கேயும் நன்றி சொல்

தர்மத்தை
தேடிச் செய்

தந்தை தாய்
குருவை வணங்கு

என்னை விசாரிக்காதே
நான் யார் என்று

ஏனெனில்

நீயும் நானும்
வெவ்வேறு
கவிதைகள் அல்ல

62. இரவு

கனமான இரவுகளில்
வெளியே வா

கதை சொல்லும்
நட்சத்திரங்களை
கண்களில் விழுத்து

இரவின்
அமைதியைக் குடி

நிலவுடன்
ஒரு கணம் பேசு

நீண்ட நாள்
நண்பனைப் போல்
நிலவுடன் நெருக்கமாகு

நின்று குளிரும் காற்றை
உடம்பெல்லாம் பூசு

இரவு மல்லிகையின்
நறுமணத்தை
உன் மூக்குக்கு
எழுதி வைத்துக் கொள்

நீர்க் குடங்களோடு அலையும்
மேகங்களை
விரல்களால் தொடு

உன்
தனிமையின் சுகத்தை
வானத்துக்கு
உயில் எழுது

இரவு வண்டுகளின் ஓசையின்
இராகத்தை
கண்டுபிடி

இரவு மென்பனியில்
முகம் கழுவு

இங்கிருந்து
பால்வெளியை
பார்வைக்குள்
பத்திரப்படுத்து

உன்னுடைய
இசையை மட்டும்
உள்ளுக்குள் கேள்

உதயகுமாரின்
கவிதைகளைக் கூட
விட்டு விடு

உனக்கு இன்று
விடுமுறை என்று
உள்ளத்தில் எழுதி வை

ஊமையாய் இருக்கும்
இரவுகளின் உதட்டோடு
ஒன்றிப் போ

வார்த்தைகளை
உன்னிடம் இக்கணம்
வைத்திருக்காதே

வான வாசலில்
நிலாப் பெண்ணை ரசி

காதலிக்க ஆரம்பிக்காதே
காதல் தன்னால் வரும்

சுகங்களை
சேமித்து வைக்காதே
வைத்தால் அங்கேயே நின்றுவிடுவாய்

இரவின் மடியில்
உட்கார்ந்து பார்
உன் தாயின் மடிகளைப் போல்
சுகமானது

அம்மா என்று நிலவை
ஒரு கணம் உணர்ந்து பார்

நீ தூங்கக் காவல்
நிலவு தானே

மெதுவாக கொட்டாவி வரும்

உன் உறக்கத்தை
உனக்காக மட்டும் எழுதி வை

மெல்ல விடை பெற்று
படுக்கையில் விழுந்து பார்

இந்திரன்
உன்னிடம் யாசிக்க ஆரம்பிப்பான்

உணர்ந்து பார்
உன் மன ஒலிபரப்பு கூட்டுத்தாபனம்
உள்ளுக்குள் அடங்கியிருக்கும்

வாழ்க்கை சாரமற்றது

வெறுமையுடன்
விளையாடு

உறக்கம் தன்னால் வரும்

இதற்கு முன்னும் பின்னும்
ஒன்றுமில்லை

63. எனக்குள் ஒருவன்

வெறுப்பின் மீது
உட்கார்ந்திருக்கிறேன்
விருப்புக்கள்
விசிறிகளை வீசி விட்டு
வேறு திருமணத்துக்கு ஓடி விட்டன

வெற்றிடத்தை நிரப்பிவிட்டு
வேடிக்கை பார்க்கிறது
மனது

பட்டும் படாமலும்
தொட்டும் தொடாமலும்
என்னைத் தொடர்ந்து கொண்டிருக்கிறது
வாழ்க்கை நதி

தேடுவதை நிறுத்திவிட்டு
இருப்புக்குள் இருப்பதற்கு
இடம் தேடுகிறது
மனது

கற்றதில்
கருத்துக்கள் வளர்ந்திருக்கின்றன
கருத்துக்கள் கட்டில் போட மறுக்கின்றன

தொட்டிலில் கிடந்த போது

தோன்றாக் கருத்துக்கள்
வாலிப வயதில்
விரல் பிடித்திருக்கின்றன

வளர்ந்த குழந்தை
விட்டுப் பிரிவது போல்
என் கருத்துக்கள்
கடிதம் போடக்கூட
மறுக்கின்றன

என் தமிழ்
என்னோடு ஒட்டியது
தமிழைத்தான் துரத்த முடியவில்லை

முடியுமானால்
என் உறுப்புக்களையெல்லாம்
கழட்டி எறிந்து விட
ஆசை

அணிந்த சட்டையை
அவ்வளவு சீக்கிரத்தில் கழட்டுவது
எளிதல்ல

உச்சியில் நின்றாலும்
எதையும் கற்கவில்லை என
ஏழனம் செய்கிறது அறிவு

எடுத்த அம்புகளை
வில்லில் தொடுக்காமல்

வேடிக்கை பார்க்கிறேன்

ஒரு குழந்தையின்
கண்களைப் போல்
அழகுகளை பத்திரப்படுத்துகிறது
எனக்குள் ஒருவன்

கேள்விகள் அடங்கி விட்ட
மொழிகள்
உள்ளுக்குள் சுவாசிக்கின்றன
காற்றில்லாமல்

இருக்கும் கதிரையில்
யாத்திரை போகிறேன்
நித்திரை கொள்கிறேன்

எல்லா உலகங்களையும்
ஏந்தி மறுத்தாகி விட்டது

ஒரு ஜென்மத
துறவி போல்
ஜென்மங்களை கழித்து விட்டேன்

துறவி எனும் ஆடையைக் கூட
தூர எறிவதே
என்நோக்கம்

எனக்கென
கதைகள்

இல்லை
எனக்கான கதையை
இனிமேல் தான் எழுத வேண்டும்

என் திருவோட்டில்
உங்களுக்கு பிச்சையிட
தமிழ் மட்டுமே உண்டு

ஞானத்தை மட்டும்
யாருக்கும்
நான் அள்ளிப் பூச முடியாது

அப்படியே பூசினாலும்
அது ஞானம் ஆகாது

உங்களை நான்
பிரிந்தது இல்லை

சிங்கத்தின் பற்களை
விற்று விட்டதாக
கர்வம் கைகட்டி நிற்கிறது

உருவிய வாளில்
உலகத்தை உருவாக்க முடியாது
இளகிய இதயத்தால்
இமயத்தை சரித்து விட முடியும்

இரும்பாகவோ
இதழாகவோ

என் இதயம்
இல்லை
அது இருப்பதும்
எனக்குத் தெரியாது

உங்களை நீங்கள்
அறிவது தான்
உலக மஹா மந்திரம்

அறிந்து விட்டால்
அடங்கி விடுவீர்கள்
அடக்கம்
அர்ப்பணம் ஆகும்
அர்ப்பணம்
சர்ப்பணம் போட்டு சொல்லும்
இனி எல்லாமே நீ தான்

இறைவனோடு
இல்லாத பொழுதுகள்
வீணே

அவனைத் திருமணம்
செய்யுங்கள்
ஒரு வேளை
உங்களைப் பற்றி நீங்கள்
அறியக்கூடும்

இன்று என் திருவோட்டில்
என்ன விழுந்ததோ

அதை உங்களுக்கு
அளித்துள்ளேன்

64. ஞான மொழி

மெளனத்தை
பிழிந்தால்
அழித்தால்
மொழி
ஆகிவிடுகிறது

மெள
அழி
மொழி

விடு என்றால்
எதையாவது
விட்டு விடுவது

விடுதலை
உன் தலையை
விட்டு விடு

அதை விட்டு விட
ஞானம்
தோன்றும்

உன்னை அறிதல்
அங்கு நிகழும்

தமிழை
உணர்வதற்கும்
ஞானம்
வேண்டும்

• 310 •

சரி
உனது என்ற
வார்த்தையில்

உன்
அதாவது நீ

அது
எது
இறைவன்

இதன்
அர்த்தம்
உனக்குள்
அது
உனது

தமிழ் ஒரு
சூட்சும மொழி
தெய்வீக மொழி
அதற்குள்
தத்துவம் கூட
அடங்கியிருக்கிறது

தமிழ்
ஒரு முடிவில்லாத
பொருள்

சரி
இன்னும்
விளக்கம் வேண்டுமா

கருணை என்றால்
என்ன ?

அதாவது
கரு
கரு என்பது ஆதி

பிள்ளை
கருத்தரித்தது
அது ஒரு ஆரம்பம்தானே

கரு
அணை
கரு
ஆதிக்கரு
உன்னை
அணைத்துக் கொண்டது

ஆதிக்கருவின்
இயல்பே
அன்பு தான்

அது
எந்த வித
எதிர்பார்ப்பும் இல்லாமல்
உன்னை
அணைத்துக் கொள்வது தான்
கருணை

தமிழை
தமிழால்
உற்று நோக்கினால்

உனக்கு
ஓஷோவின் தத்துவங்கள்
தேவையில்லை

புத்தனின்
புரிதல்
அவசியமில்லை

வெள்ளியங்கிரி
தியான லிங்கம்
தேவையில்லை

உனக்குத் தெரியுமா
மந்திரங்களில்
சிறந்தது
காயத்திரி

உன் காயம்
அதாவது
உன் உடம்பு
அதிலேயே திரி உண்டு

திரி என்றால்
மூன்று
மூன்று தனித்தனியான
இருப்பு

அந்த இருப்பை
தூண்டினால்
உன் காயமாகிய உடம்பு
வெளிச்சமாகும்

சரி போய்
புத்தனின் மரத்தின் கீழ்
என்ன உள்ளதோ
அதைத் தேடு

ஒரே
ஒரு புள்ளியிருந்து தான்
ஓராயிரம் கோலங்கள்

அந்தப் புள்ளி
எதுவென்று அறி

தமிழிலிருந்தே
அனைத்து மொழிகளும்

தோன்றின

அதுவே ஒரு
புள்ளி தான்

• 314 •

அதை முதலில் அறி

அதற்குள்ளே
எல்லாமும்
உண்டு

ஒரு வடநாட்டு
கவிஞனின்
கவிதையை விட
உன் வயது போன
தாயின் சொற்கள்
மந்திரம் என்பதை அறி

ஒரு
சிறு புல்லின் நுனி
உனக்குப் புரிந்து விட்டால்
வாழ்க்கையே
இலகுவாகி விடும்

மனதே
மனதைப் பற்றிய
விளக்கம் சொல்கிறது
அது
விம்பம் மட்டுமே

மனது
எப்படி
உண்மையாகும்

• 315 •

உண்மையான
ஞானம் பெற்றவனால்
பேச முடியாது
லயிக்க முடியும்

அங்கே
அவன்
மொழி அற்று
இருப்பான்

தமிழன்
சூபி ஞானி என்கிறான்
ஓஷோ என்கிறான்
புத்தன் என்கிறான்

தன்னை தான் அறிந்தானில்லை
தன் மொழி கூட அறிந்தானில்லை

ஒரு படகை
இரும்பிலும் செய்யலாம்
மரத்திலும் செய்யலாம்
செய்யும் பொருள் முக்கியமல்ல
பயணம் தான் முக்கியம்

65. தமிழ்

தமிழை உணர்ந்தவன்
தத்துவ ஞானி
அதன் பொருளை
உண்டவன் சித்தன்
அந்த பொருளோடு
வாழ்பவன் சிவன்.
அதைப் புரியாமல்
இருக்கிறான் தமிழன்.
பஞ்சமும் அடங்கி
பால்வெளியில் துரங்கி
அருவாய் அமர்ந்திருந்த தமிழ்.
உருவாய் பெருஞ்சிதறல்
ஒளியில் பரந்து
ஓம் என்றேளும்பி
ஓங்கி வளர்ந்த தமிழ்.
நான் எனும் பகுத்தறிவில்
நரம்பு விட்ட தமிழ்.
நடுவிலோர் வீடு கட்டி
நாசியில் அமர்ந்த தமிழ்.
குண்டுமணிபோல் சிரசில் குடியிருந்து
தண்டுவடம்போல் பிரியும் தமிழ்
கும்பிடக் கும்பிட குதிக்கும் தமிழ்
சொல்கிறேன் கேள்
குண்டலியே தமிழ்
எண்ணுவார் உருக்குவார்

எண்ணியபடி கேட்கும் தமிழ்.
உன்னையும் ஆண்டு
உலகத்தையும் காக்கும் தமிழ்
தமிழே சக்தி தமிழே சிவம்
தமிழே வேதம் தமிழே மந்திரம்
தமிழே ஓசை
தமிழ் ஒரு மொழியில்லை !

66. தேனான தமிழ்

கோடானு கோடி அண்டமிருக்குது
கொன்றை வேந்தன் தமிழுமங்கு கொலுவிருக்குது
கேடான மொழி பேசி கிடக்கும் மானிடா
தேனான தமிழை விட்டுநீ தரங்கெட்டதேனடா
வீடான உடலில் விழுந்து கிடக்கும் குண்டலியும்
கூசாமல் தமிழில் கூடி எரியுது
பேசாமல் நீயும் பிரிந்து கிடப்பதனால்
வாழாமல் வீழுமோ தேனான தமிழ் தரணியெங்கும்

67. ஞானப்பொங்கல்

கேள் மகனே கொண்ட ஞானம்
பார் மகிழ புரியும் பொங்கல்
பழங்காலப் பாரண்ட தமிழன் செயல்

வீடு பேறு கொண்ட வீட்டு நடுவிலில்லை
விருப்பம் மறுத்து வெளிமுற்றம் தேடி
வைக்கவேணும் புதுப்பானை

நாலு திசை வாசல் கோலம் கீறி
நடுவிலே மூவேத மூன்று கல்லு வைத்து
அகர உகர மகரத்தில் அதிலோர்
உடலெனும் பானை நிறுத்தி

உலையில் பஞ்ச பூதங்களிட்டு
நீர் அரிசி வெல்லம் பால் காற்று விட்டு
மலமெனும் விறகெரிக்க
அக்கினி அடிப்பனையில் ஏறி
நுனி வாய்த் திசையில் சூடாகும்

ஐந்தாவது திசை நோக்கி
அங்கே சூரியன் ஒளி நோக்கி
நுரை விரியும் பொங்கிப் பொங்கி
வாசல் தேடி விரிந்து தள்ளும்
நுரையை பார்த்தியோ வட்ட வட்டமாய்

எவனும் அறியா வேதமடா
எப்படி அறிந்தான் தமிழனடா
தைமாத திகதி ஒன்று
தாய் வைப்பாள் ஞானப்பொங்கலொன்று

குண்டொளி அடையும் விதம்
பிரம்மம் சேரும் வழி
பிதற்றினேன் பித்தாய்
முத்தாய் வணங்கிக்கொள்
மூண்ட பானை ஆறுமுன்

68. தீபாவளி

விலக்கு
எதை விலக்க வேண்டும்
நான் எனும் தன்மையை

எதனால்
விலக்க வேண்டும்
ஒளியால்

எது ஒளி
அன்பு தான்
அந்த ஒளி

அது
காரணம் அற்றது
காரியம் அற்றது
கண்களுக்கும்
புலப்படாதது

அந்த
ஒளியை
ஆத்மீகமாக ஏற்றுவதே
தீப வழி
தீபாவளி

எங்கே ஏற்ற வேண்டும்

கட

உள்

கடவுள்

உங்களுக்குள்

கடந்து

உள்ளுக்குள்

ஏற்ற வேண்டும்

அது

ஏற்கனவே

அங்கே தான்

உள்ளது

அதிகப் பிரகாசமாக

அதை

நீங்கள் தான்

கண்டு கொள்ளவில்லை

அச் சுடரே

உங்களை

வழி நடத்துகிறது

அதன்

மையத்தை அடைவதே

அதை ஏற்றுவது என்று

அர்த்தம்

வெளிநிலையில்

இருந்து கொண்டு
உள்நோக்கி
உள்ளுக்குள் ஏற்றுவதான்
அந்த தீப வழி
தீபாவளி

அதை எப்படி
ஏற்றுவது என்பதை
குரு மூலம்
அறியலாம்

யார் குரு
கு என்றால்
கடவுள்
உரு என்றால்
காட்டுவது

அதை
எவர் உரு காட்டுகிறாரோ
அருவமாய் இருப்பதை உணர்ந்து
உருவமாய் காட்டுகிறாரோ
அவரே குரு

ஒரு தீபத்தில்
இருந்துதான்
இன்னொரு தீபத்தை
ஏற்றமுடியும்

அந்த தீபமே

குரு தான்

உனக்குள்
இருப்பதும்
குருவே

குருவே ஆத்மா
குருவே இறைவன்
குருவே அனைத்தும்

தீபாவளி பற்றி
ஆயிரம் கதைகள்

கதைக்கும்
தீபத்துக்கும்
என்ன சம்பந்தம்

தீபம் எப்போதுமே
ஒன்று தான்

வெளிச்சங்கள் என்று
ஒன்றும் இல்லை

அது
ஒளியாக
நிலையாக
தன்னலமற்று இருக்கிறது

உண்மையில்

என்றுமே தீபாவளி தானே

சூரியனின் தென்திசையின்
பயணத்தின் இறுதி
நாட்கள் இவை

மாலையில் முன்னதாகவே
இருள் சூளும்

இந்த நேரத்தில்
உள்ளும் புறமும்
தீபம் ஏற்றுவது
சகல நன்மைகளையும்
பெற்றுத்தரும்

இதுதான் தீப வழி
தீபாவளி ஆயிற்று
ஏற்றுங்கள்
உங்கள் ஒளி விளக்கை

இந்த தீபாவளித் திருநாளில்

எம் முன்னோர்கள்
மடையர்கள் அல்ல
தமிழினமே

69. புத்தாண்டு

பொங்கும் இன்பம்
தங்கித் தாவிடும்

இன்பத் தமிழ்
எங்கும் பரந்திடும்

குன்றக் குமரனை
அன்பு செய்தால்

சந்தத் தமிழது
சலங்கை ஆகிடும்

நாவினில் அவன்
நாமமே இனித்திடும்

அரசனுக்கு வாழ்வும்
அன்றே கிடைத்திடும்

புவியில் மலர்கள்
புன்னகை புரிய

புரிந்த மாற்றம்
உனக்குள்ளே

வருவது வரட்டும்

இனி நல்லே

வருவது நாளும்
இனி நல்லே

துயரது நீங்க
துர்முகியே

பழையது நீங்க
பிறக்கும் புத்தாண்டே

செழிக்கும் அன்பே
உலகெங்குமே

வருக வருக
புது வழி திறந்தே

70. தமிழை உணர்ந்தவன்

தமிழை உணர்ந்தவன்
தத்துவ ஞானி
அதன் பொருளை
உண்டவன் சித்தன்
அந்த
பொருளோடு வாழ்பவன்
சிவன்

அதைப் புரியாமல்
இருக்கிறான் தமிழன்

பஞ்சமும் அடங்கி
பால்வெளியில் தூங்கி
அருவாய் அமர்ந்திருந்த தமிழ்

உருவாய் பெருஞ்சிதறல்
ஒளியில் பரந்து
ஓம் என்றேயெழும்பி
ஓங்கி வளர்ந்த தமிழ்

நான் எனும் பகுத்தறிவில்
நரம்பு விட்ட தமிழ்

நடுவிலோர் வீடு கட்டி
நாசியில் அமர்ந்த தமிழ்

குண்டுமணிபோல் சிரசில்
குடியிருந்து
தண்டுவடம்போல் பிரியும் தமிழ்

கும்பிடக் கும்பிட
குதிக்கும் தமிழ்
சொல்கிறேன் கேள்
குண்டலியே தமிழ்

எண்ணுவார் உருக்குவார்
எண்ணியபடி கேட்கும் தமிழ்

உன்னையும் ஆண்டு
உலகத்தையும் காக்கும் தமிழ்

தமிழே சக்தி தமிழே சிவம்
தமிழே வேதம் தமிழே மந்திரம்
தமிழே ஓசை
தமிழ் ஒரு மொழியில்லை !

71. வாழ்க்கை

விலையிலாப் பொருள் வீடு நிறைந்திருக்க
உலையிலிலிட்டார் மனவடுப்பில் விடுப்பெல்லாம்
வெந்துதிர்ந்த வினைதனில் வீழ்ந்தார் இறப்புவரை
செப்பினார் சித்தர் சிவகலயம் உடையக்கண்டு

துப்பினார் தூற்றினார் தமிழ் மொழி
தோற்றம் எல்லாம் மயங்கி நின்றார்
சிற்பியோன் வடிக்கின்ற சிலையும் பேசுமே
செந்தமிழ் உணர்ந்திங்கு சிறப்புற வாழ்ந்தாலே

சிறப்புற நிறமற நின் வாழ்க்கை நிறைந்தாலே
களிப்புற கடுகு வாழ்க்கை காணும் சிவ மூலம்
சிவ சிவ என்றிடச் சிரஞ்சீவி வாழ்வாமே

72. அமிர்த வாழ்வு

மாசறு ஜோதி உண்ணு
மனதிலே மயங்கி நில்லு
பாசறு பக்திப் பண்பு
ஆசையும் அறுத்து வெல்லு
நினைவறு நின்று கொல்லு
நினைந்த ஆதி புனைந்து கொள்ளு
அறுந்த கொடி படரும் கண்டு
அங்கு பூக்கும் அன்புமுண்டு
ஆதியில் அமர்ந்த அப்பனுண்டு
அம்மையில் பாதி கண்டு
அதிலுருகி அருகில் நில்லு
அமிர்தமும் ஊறும் பாரு
அதிலே நனைந்து வாழு
அகிலமும் கையில் உருளும் பாரு

73. நான் மறையும் ஜோதி

ஆடாத தொட்டில் மனம் கண்டாய்
அதிலுறங்கும் ஆதிபகவன் அறிவாயோ
மாறாத மார்க்கம் மதியிருத்தி மன்னனே
முன்னேமே நீ விழி கன்னமே வைத்தொரு
விட்டதில் விறகு மூள எரிந்ததடா
அப்பனுக்கும் சுப்பனுக்கும் அடுப்பொன்று
அதிலே மலமெரிக்க ஆடினானே பரந்தாமன்
நாடிக் கூடிவிடு நான் மறையும் ஜோதி பாரு
பாடிப் பணிந்துவிடு பார் ஆளும் மறை புரியும்
திரை நீக்கத் தெரிவான் தில்லையில் உறையும்
நடராஜனே

74. பித்தனைப் போற்றுவாய்

இச்சையும் பிச்சையும்
இவ்வுலகு இயம்பியதோ
கச்சையும் கோவணமும்
கையிலெடுத்துப் போவதில்லை நீ
பித்தனைப் போற்றுவாய்
பிரிகின்ற நாழியெல்லாம்
பிறக்கின்ற இன்பதுன்பம்
இடையிலிருந்தாடுவான்
பெண் மண் பொன் ஆசை
பிரிந்து கூடுமே வாழ்க்கை
பிறிதொரு இன்பமில்லை
பிதா மாதாவைப் போற்றிடவே !

75. சித்தம்

மூர்த்தியும் முக்கண்ணனும்
முடிவுறா ஜோதியும்
தேடியிருக்கத் திறக்கும்
திருக்கோவில்வாசல் அறிவாயோ
திறப்பும் உனக்குள்ளே
தொலையாமல் இருக்கையிலே
இறப்பும் பிறப்பும் ஏன் உனக்கு
சித்தம் செத்து சில நாழி இருந்துபார்
சிவன் கூத்து தெரியும் உனக்கு
திரி சூலம் வழி சொல்லும்
தீரா அன்புடன் தவமாய் இருப்போருக்கு
உடுக்கை நாதமும் உலகாளும் நாதனும்
உண்மையில் உணர்வாரெல்லே

76. ஈசன்

எப்பொருள் நோக்கிலும்
அப்பொருள் இறையுடையதே
முப்பொருள் ஆகிலும்
முக்தி வழியதே
தப்பெனத் தோன்றினாலும்
தன்னை இழக்கலாகாதே
குப்பெனச் சுடர்விட்டு
கண்மணியில் காத்திருப்பான்
கும்பிட ஒருவரில்லை
செப்பிட சேர்ந்திட தவறில்லை
சேறும் பொன்னாகும்
சிற்பியை சிரசில் எண்ணினால்
கண்ணினால் கண்வழி
காயம் மறந்து எண்ணிட
ஈரேழு லோகமும் ஈசனும்
இருப்பதங்கு தெரியுமே
சித்தனும் பித்தனும் நீயாவாய்
சிந்தை ஒடுக்கி வாழ்ந்து வந்தால்
சந்தையில் வேண்டும் பொருளில்லை
தந்தையை காணும் வரம்
முந்தையில் மூத்த குடி
முதுகெலும்பு மறந்தாரே
முதல்வனே ஈசன் என்று
போற்றிட வாழ்வாரே !

77. நடு வீடு

சிவவீடறிவியோ சிரசுநடுக்கண்
சித்திரமறிவியோ முத்திப்பெண்
மூலமறிவியோ முதலன்பிலே
முடிவு பெறுவியோ மானிடமே

எண்சாண் உடம்பிலே
இருக்குமொரு வீடறியாமல்
எழுகோடிப் பிறப்பெடுத்தாலும்
கருமம் முட்டிய பானையை
கழட்டி உடைப்பதே ஞானமடா

பிறப்பிலா பெருஞ்சுடர்
இறப்பிலா வாழ்வு தரும்
முகப்பிலா வீடுதனில்
முன்வாசல் கதவு தாண்டி
மூலம் இருக்குமிடம்
நாடி நினைத்துவர
நடு வீட்டில் சிவன் இருப்பான்
நாளெல்லாம் நலன் தருவான்
நாடி ஓடி விடு
நடு வீடு திறந்து விடு

78. யாதும் தெய்வம்

யாதும் தெய்வம்
என்று
சாது ஆகி இரு

79. எங்கும் பரம்

முப்பால் அருந்தி மூச்சுக் கப்பால்
உணர்ந்திங்கு வைப்பால் முகட்டில்
எப்பாலும் இலையாமே எங்கும் பரமாமே

80. விளக்கு

எண்ணினால் இனிக்கும் பொருள் என் சொல்வாய்
கண்ணினால் மறைக்கும் கரும்பென்றறியாய்
இன் சொல்லினால் தீண்டும் தீ ஏதென்றறிவாய்
தொழுதார்த் திருவடி துன்பமெரி விளக்கே

81. ஒளிப்பிரம்மம்

மனமடங்கும் மந்திரச்செயல் தன்னுள்ளே
மதி திறவா மார்க்கம் கண்ட தேனுள்ளே
குணமடங்கி கோவில் கண்டார் சிரசினிலே
குந்திக் கண்டார் குதிக்கும் ஒளிப்பிரம்மமே

82. நாதன் தாள்

பற்றற பற்றி நிற்பது பாங்கே
பரமனும் ஆடி அழித்தது பாம்பே
பாரினில் பொய்யற வாழ்வே
படிப்பது மெய்யற ஞானமே
பெற்றிடு பெறாத பேரின்பம்
போற்றிடு போற்றி நாதன் தாள்

83. ஒருவனே தேவன்

ஒருவனே தேவன் என்றறிவீர்
பல பொய்கள் இருந்தாலும்
உண்மை ஒன்றே என்றுணருவீர்
சிவம் வேறு சித்தன் வேறல்ல
குணம் வேறு அறுத்தவனே
கபாலத்தில் சிவம் காண்பான்

84. ஒன்று

ஏழு பிறப்பும் சிறக்குமா
இருக்கும் பிறப்பும் கரையுமா
ஆறு அறிவும் ஒன்றுமா
ஐந்து பொருளும் மறையுமா
நான்கு வேதம் சொல்லுமா
மூன்று கண்ணை நோக்குமா
இரண்டு என்று கலக்குமா
ஒன்று ஒன்று ஆகுமா.

85. பரம்

அடி நுனியில்லா அமுதக் கனிதனை
அம்பலத்துணர்ந்து ஆறச் சுவைதனை
பம்பரத் துள்ளிருந்து பாம்புட னாடும்
பரம் தனை நீதுதிக்க நீறாகும் மலமே

86. கொல்லாமை

கொல்லான் கொள்வான் கோடி சுகம்
கொல்லாமை கொள்வான் இறப்பும் வெல்வான்

87. சிவதுண்டு

ஒளியாய் இழையோடி ஓர் கருவிலமர்ந்த
அண்டக்குளத்தின் ஆகாசத்தாமரை
பிண்ட வண்டு பிதற்றா சிவமாய்ப் புணர்ந்ததுவே
பொற்றாமரைக் குள்ளிருந்து மெய் பொய் மற கணத்தில்
சிவதுண்டு ஜனிக்கும் சித்திரப் பிரம்மப் பேரறிவில்
உண்டா போகமதில் உருண்டுவிட்டால் மெய்யுடம்பு
சீறும் பாம்பாய் சிவலோகம் விட்டு புவனத்தில் சீவிக்கும்
கோடிப் பிறப்பெடுத்து கொண்ட சிவம் மறந்து நிற்கும்
சொல்லாத் தவிப்பினிலே சிவம் தேடி அலைந்திருக்கும்

88. காக்கும் கடவுள்

காக்கும் கடவுள் அவன் நோக்கா இல்வாழ்க்கை
சுகம் தருமோ நோக்கு நீ ஜோதி நாக்குச் சொல்
பலிக்கும் சூட்சுமம் காண்

89. பக்தி

பக்தி கொண்டோர்க்கு இழிவில்லை
முக்தியில் சித்தியாய் முடிந்த ஞானத்திலும்
பொருளில்லை

90. சிவக்கரு

சடலம் படலை விட்டுப் போகுமுன்பே சிவன் போன
திசை தேடாக் கதி திண்டு முடிஞ்சு களிக்கு முன்னே
தீண்டு சிவக்கரு சிறப்பான திறப்புள்ள மேனியுள்ளே

91. அஞ்சை வெல்லடா

மோனம் எல்லாம் பிறக்குதடா
மௌனங்கள் பேசுதடா
தாளங்கள் கேட்குதடா
ராகங்கள் பிறக்குதடா

வேதங்கள் புரியுதடா
வீணையும் இசைக்குதடா
வித்தே முளைக்குதடா
வித்தகம் பேசுதடா

சற்றே உறங்குதடா
சரஸ்வதியும் பேசும் விழா
சஞ்சலம் தீருதடா
அஞ்ஞானம் போக்குதடா

அறிவே ஆண்ட கனா
இங்கே மறையுதடா
இடர்கள் தெறிக்குதடா
இங்கிருந்து ஓடுதடா

வெற்று வெளியில் நிலா
சுட்டுக் குளிருதடா
கற்றுக் கதம்ப விழா
கண்விட்டுப் போகுதடா

இச்சைப் பெருங் காட்டில்
இன்னுமோர் தீயடா
தீ தீர்ந்த சாம்பலில்
மூங்கில் ஒன்று முழுராகம் ஊதுதடா
• 351 •

கனவும் பொய்யடா
காற்றும் பொய்யடா
அறிவு பொய்யடா
அதனையும் வெல்லடா

ஆகாயம் ஏதடா
அங்கே நில்லடா
ஆதாயம் ஏதடா
அஞ்சை வெல்லடா

92. கவி அருவி

மலர்த் தேன் வண்டுகள் இசையோ
மலைத் தேன் நறுமண வரியோ
குதித் தேன் அதி காலை மோகத்தில்
கதித் தேன் கொட்டிய வெண் மல்லிகையோ

இன்பம் சுரக்கும் இதய மூலையில்
இதுவே நிஜம் என்பேன் ஈசன் சோலையில்
மெய்யால் காட்சி மாறுமோ
மெய்யே மோன வேளையோ

உண்மை பொய்யைப் பேசுமோ
உலகே ஈசன் பெருமையோ
உண்டது உறங்கக் கூடுமோ
உறங்கியது என்றும் விழிக்கக் கூடுமே

கண்ணால் காட்சி மாறுமோ
செவியால் ஓசை பிறக்குமோ
மதியால் உண்மை பிறக்குமோ
மனதே நின்று களிக்குமோ

கவித் தேன் காணும் அருவியோ
காற்றும் தென்றல் அணியுமோ
வசந்தம் வாரிப் பூக்குமே
வண்ணம் பிறந்து பேசுமே

அன்பும் அவனது உண்மையே
அறிவும் தந்தை தந்ததே
ஆற்றலும் அன்னை தந்ததே
குருவே தெய்வம் என்பதே

• 353 •

அறிவது ஞானம் இல்லை
ஞானம் கடவுள் இல்லை
கடவுளுக்கு எல்லை இல்லை
எல்லையே எங்கும் இல்லை

93. தவம்

சிப்பியை திறக்காமல்
முத்தென்பதை அறிவாயோ
சிறு துளி தேனுக்கும்
தேன் குழவி கொட்டுமென்றோ
துன்பம் என்றே தெரிந்தபின்
தூர இருத்தல் தவம் ஆகுமா
எண்ணித் துணிந்தேன்
இடை தடை களைந்தேன்
கள்வனைக் காண
கண்ணுக்குள் இருந்தேன்
கண்டது பலமுறை
காண்பது பொன் இல்லை
பொன்னிலும் மேலோன்
அவன் விண்ணிலும் மேலோன்
கருணையில் அவனை
மிஞ்சியவன் எவனுமில்லை
காப்பது உன்னை
கடைசி வரைக்கும்
அவன் அன்றோ
கழட்டுதல் கழட்டு
கதவு திறந்து உள்ளே போ
காத்திருப்பான் ஒருவன்
கையேந்த உன்னை
அப்பனிடம் கேள்
அம்மையை காட்டுவான்

உண்மையை தெரிந்தபின்
உய்யாதா மெய்

• 355 •

உண்மையை தெரிந்தபின்
உய்யாதா மெய்

94. ஆணவம்

நான் எனும் நச்சுக்குரங்கு
நடு வீட்டில் பிச்சுப்புடுங்கும்

ஆணவம் தலைக்கேறி
ஆயிரம் அழுக்கேறும்

ஆசையில் கூத்தாடி
விட்டத்தில் மதி சிரிக்கும்

வட்டத்தில் வாழ்க்கை என்று
வருவது தான் சுழலும்

விட்டதில் அன்பு என்று
விடை தேடி ஓடும்

எட்டத்தில் நீ இருந்து
எச்சிலும் விழுங்குவதால்
எப்படி வரும் ஞானம் எல்லாம்

கூட்டத்தில் நீ இருந்து
கூடாமெல் பிரிந்திருந்து
குரங்கை வென்று வந்து
புலால் வெறுத்து வந்து
புரியா எண்ணமதை
புகட்டில் எரித்து வந்தால்

தனியா தீ மூளும்
தரணி உனதாகும் !

தனியா தீ மூளும்
தரணி உனதாகும் !

• 357 •

95. ஓ மனிதா

ஓ மனிதா !

குடலும் வாழ்வும்
கும்பிடச்சொல்லாது
நோயும் நொடியும்
தேடச் சொல்லாது

ஊனும் உயிரும்
உறங்கச்செல்லாது
உழைப்பும் களைப்பும்
ஓய்வெடுக்கச்சொல்லாது

மதமும் மார்க்கமும்
மனிதம் வீழ்த்தாது.
மன்னிப்பும் அன்பும்
மரணம் கொள்ளாது

தாயும் சேயும்
பிரிதல் ஆகாது
தகப்பனும் நீயும்
தர்க்கம் கூடாது

கொடாததும் கொள்வதும்
தர்மம் ஆகாது
கோவிலும் மணியும்

பழித்தல் ஆகாது

கொடுப்பதில் சிறந்ததில்
அன்பே உயர்ந்தது
அதனிலும் இருப்பவன்
ஆணவம் கூடாது

அழிப்பதும் காப்பதும்
என்னின் செயல்
ஆகையால் புரி நீ
உன்னுடன் இருப்பது நான்

என்னைத் தெரி நீ
நீ உன்னைத் தெரிவாய்
நீ கடந்து உள்ளே
என்னிடம் வருவதால்
நான் கடவுள் !

கடக்காததால் நீ இன்னும்
மனிதன்.
புனிதன் என்ற பெயரை
ஒருமுறையாவது
பெற்றுவிடு .
புரியும் நீயும் கடவுள் என்று

96. பத்திரம்

பிடரியில் நீர் வீழ்ச்சி
பிடிப்பியோ பொன் மீனை
வழுக்கியே ஓடும் தப்பி
தலையெழுத்தில் வலையிருந்தால்
தங்குமே அம்மீன்.
குரு காட்ட உரு எடுக்கும்
கும்பிட நீ மறப்பாய்
குதிக்காது நீயிருந்தால்
குடுமியில் சிக்கும்
மதிக்காத மனம் கொண்டோர்
மனசு களங்கம் கொண்டோர்
பொய் களவு கொலை காமம்
பணம் பதவி ஆணவம் அலட்சியம்
பத்தும் கொண்டோர்
பாத்திரத்தில் விழாது
பத்திரம் உன் வாழ்வு

97. ஒளிப்பூட்டு

கண்டேன் அங்கே கருப்பூட்டு பெட்டகத்தில்
விதைக்காமல் விளைஞ்சிருக்கு விடைதரும்
ஞானசெடியெல்லாம் ஒளிப்பூட்டு உடைந்தாலே
உள்ளே கதிர் அறுக்கலாம் காணீர்.

98. மீறி அறி

கண் கொள் காண்பது பொய்யில்லை
மெய்யுணர் மெய்யே அதுவில்லை
மெய்யிலும் மென்மை மீறி அறி
மேலாகும் நீறொன்று
அதுவே கடந்து விட்டால்
அமுதிலும் அமுது ஆரப் பொங்கும்

99. அக வழிப் பயணம்

அஞ்சி அஞ்சி அழுவானோ அவனியில்
ஐம்புலன் அடக்கியோன்
புலத்தியா கேள்
புல வழிப் பயணம் பூமியில் போகம்
அக வழிப் பயணம் பிறப்பின் முக்தி
போகம் பிறப் பிறப்பில் சுழலரும்
பெருந்தவம் பிறப் பிறப்பில் சேராது
பிரம்மத்தில் அடங்கும்

100. நீ வேறில்லை

புலத்தியனே கேள் நீ வேறது வேறில்லைச்
சிவம் வேறு நீ வேறில்லைச் சுடர் வேறொளி
வேறில்லைச் சூழ்ந்த சுற்றம் இலை கொடி மரம்
வேறில்லைச் சிவம் போன உடலே சவம்
சிரசில் சிவம் நிலைக்கச் சேருவதே பேறு

101. முக்தியும் நீயே

கண்டார் கண்ணுள் உன் கண் காண்பதில்லை
மெய்யார் பொய்யால் பிரித்து உணர்ந்ததில்லை
பெய்யும் தழல்மழை நனைந்தே ஒன்றிவிட்டால்
பெய்யெனப் பெய்யும் மழையும் பேயாகிக் கொட்டுமே

உய்யா ஒரு போக்கு உய்யும் சிவன் நோக்கு
உண்டா உலகமதில் உணர்ந்த பேறு
கொண்டா குடி நாக்கில் சுள்பலிக்கும்
சூலம் நீ சுற்றம் நீ சோதியறிவு முக்தியும் நீயே

102. மயக்கம் தெளிவியோ

வெண்தாமரைக் குளம் கண்டியோ
ஒரு வண்டு குந்திக் குடித்த தேனறிவியோ
மாயமெல்லா மடங்கும் மயக்கம் தெளிவியோ
மது சூதனன் உண்டு களித்த மது ஞானமே
மற்றதெல்லா முலகில் போகமே

103. தாகம்

இளங்கன்று தாய்ப்பசு மடிதேடி தவித்திருக்கும் தாகம்
ஒத்த முனைப்பு உன் மதியில் ஒட்டினால் அன்றருந்தக்கிடைக்குமே
அண்டங்கரைத்த ஞானம் அவனொளிக் காம்பில் இருந்து

104. வாதம்

உன்னை விட வேதம் அண்டத்திலில்லை
வாதம் செய்யுமெழுத்து காண்பது விடல்
காக்கும் உன் வாழ்க்கை

105. முக்தி

இல்லாததில் இருப்பது இடர்
கொள்ளாததில் கொள்வது கர்மம்
கொண்டதில் காணா கொள்கையே ஜோதி
கோலம் வேஷம் போடாதவன் ஞானி
கொண்ட சித்தினை சித்தர் புரிந்தாலும்
சித்தனே முக்தன் அல்ல
முக்தி என்று வந்தாலும்
முழுவதும் அடங்கி மூச்சு பேச்சு
உடல் உயிர் ஆன்மா அகன்ற நிலை
நீர் அறிவீரோ
அப்படியான உள் அண்டத்தில்
ஒருவனே உண்டு அவனே இறை
ஆடிக்கழியடா அசைந்து கொண்ட கர்மம்
அவனியில் வராது முக்தி
சித்தர் யோகி பெற்றதெல்லாம்
முக்தி அல்ல சித்தி மட்டுமே
சிந்தையை தெளிவாக்கு சிதறாமல்

106. மந்தை வெளி

நின்னைப் பரமென் ருணரத் துதி

நீயே வாழ்வென வாழக் கதி

நேரா நின் நோக்கு மந்த மதி

மத்தியில் சுடர் சூழ மலம் எரி

கரை காணாக் கடலுக்குக் கறி

ஹரியும் அரியுமென நீயு மறி

நெய்யில்லா சுடர் நீண்ட நேரமெரி

உய்யும் ஒரு வாழ்க்கை தெரி

மெய்யும் அடங்குமந்த மந்தை வெளி புரி

107. பரமன்

விழி வழி காண்
பசியது கொள்
பரமன் வழிப்பென்
பந்தம் உண்

108. உணர்ந்தே ஓய்வெடு

ஓட்டியும் ஒட்டா ஒழுகுதல் வாழ்க்கை

உலகமும் இன்பமும் ஒதுக்குதல் மேன்மை

சட்டியும் சட்டையும் சாகும் ஒருநாள்

முதல்வனை நினைத்திடு மூன்றில் ஒரு கண்ணினால்

முக்தியும் சக்தியும் மூல ஒளியே

மூடனே உனக்குள் முப்பொருள் இறையே

பிறப்பது தாளை தெரியவே உன்னை

தட்டு நீ திறக்கும் அன்பால் அவனை

பூட்டிய தாழில்லை பிறக்கும் ஜென்மமெல்லாம்

திறந்தே இருக்கிறது தெரியும் ஜோதி

உணர்ந்தே ஓய்வெடு உய்யும் மெய்

109. ஊனிலே புதையல்

ஊனிலே உள்ளிருக்கும்
ஒப்பற்ற புதையல் உண்டு
ஓடித் தேடி உட்கார்ந்து
ஒருகுழி தோண்டதில்

மனம் வெட்டி மதி நிறுத்தி
கொண்டதெல்லாம் கழற்றி
குண்டு மணிச் சுடர் நீ கண்டால்
கொப்பறை தீ மூளுமே

அக்கறை உன் கருவறை
அதிலுண்டு அகிலமெல்லாம்
இப்பறை இயம்பினேன்
கொப்பரை சுப்பரை காண்பதும்
மெய்ப்பறை மேய்ப்பரை நீ எண்ணு

அட்டமா சித்தியும் அரும் தேனும்
அதிலிருக்கு கிட்டமா

எட்டமா நீ நின்றால்
எப்படி வரும் புதையல்

புத்தியால் நீ தோண்டு
பகுத்தறிவு பிரித்தாண்டு

சித்தனெல்லாம் பெற்றதுதான்
சில்லறைக்கு ஏங்காதே சிறுமதியே !

• 374 •

சித்தனெல்லாம் பெற்றதுதான்
சில்லறைக்கு ஏங்காதே சிறுமதியே !

110. அவனின்றி நீயில்லை

சிவம் கூட்டி சேர்த்தள்ளி
சிறுதுளி பருக
அகமெங்கும் ஆடுதடா
சத்தியின் சுடர் விளக்கு

தவம் இருந்து நீ தனியே
தன் எண்ணம் விட்டார்க்கு
தன்னில் எரியும் ஒளி
முன்னில் மூத்த துளி

குணம் கூட மாறிவிடும்
கோவிலும் ஆகிவிடும்
கொண்டுவந்த திருமேனி
கோலம் விட்டு தினம் பூஜி

இகம் அகம் பரமெல்லாம்
இழுத்துப் பூட்டியுள்ளே
பிறப்பில் வைத்த துளி
இறப்பதில்லை உன்னுள்ளே

அவனன்றி ஓர் அணுவும்
அசையாது காண் உள்ளே
அவனே ஆதி உன் விபூதி
அவனின்றி நீயில்லை
அவனியில் காண் !

111. உண்மையை கைவிடேல்

தன்னொளி தன்னை தனக்குள் மறக்கலாமோ
முன் தவம் ஒன்றை இடையில் நிறுத்தலாமோ
கண்டவர் தன்னை கரைந்தே உணர்ந்ததாமே
கை விடல் தெய்வம் கனவிலும் துன்பமாமே

இடரிலும் இழுக்கிலும் இருந்த பரமுண்டு
வழுக்கிலும் சறுக்கிலும் சாகா சுயமுண்டு
வருவது வரட்டும் போவது போகட்டும்
நெறி நின் றுடையோர் நெற்றியில் இருப்பதாமே

வரு முன் காத்தல் கரியவன் அழகு
வந்தவன் உனக்கு உரியவன் உணர்வு
உள்ளவன் போற்றிட உனக்குள் ஜெயமே
உண்மையை கைவிடேல் உனக்கு வாழ்வாமே

112. ஓங்கார நாதம்

அகங்காரச் சட்டியிலே ஆடும் பாம்பொன்றை
ஓங்கார நாதமதை ஊதி இசையெடுத்தால்
ஒடுங்கும் பாம்பிறந்து உள்ளுக்குள் சிரிக்குமே
ஒடுங்கியிருந்த அன்பே சிவமாய்

113. இன்புற வாழ்க்கை

மனதொடு மாண்பு பக்குவ மன்பு
மரித்த பொருளெல்லா மாடி நிற்கும்
உணர்ந்தினை தன்னில் ஒழுகுமே இன்புற
வாழ்க்கை

(மனதோடு ஆடி நிற்கும் அன்பானது, எந்தப் பொருளுக்கு நீ உயிர்
இல்லை என்று அறிகிறீரோ அந்தப் பொருளில் உயிர் ஆடிநிற்கும்
சூட்சுமம் அறிந்துவிட்டால் உன் வாழ்க்கை இன்பமயமாக ஆகும்)

114. எழுதாப் பொருள்

எழுதிய பொருளைப் புரிபவன் அல்ல
எழுதாப் பொருளை அறிபவனே ஞானி

115. கல்வி

எது வெற்றிடமோ அங்கேயே நிரப்பலாம் !
எது நிரம்பிய இடமோ அங்கே நிரப்புவதற்கு
எதுவுமில்லை !

116. அன்பு தழைத்தவன்

கல்லாய் இருப்பவன் கல்லே கண்டான்
சொல்லாய் இருப்பவன் சோதி அறியான்
அன்பே தழைத்தவன் அமுது அறிவான்
அவனுக்கில்லை கர்ப்பக்கிரகத்தில் கற்சிலை

117. அன்பெனும் சிவம்

எய்தவன் அம்பை நீ
இடையில் நோகலாமோ
கொய்தவன் கொன்றை வேந்தன்
கொள்கையில் வாழலாமே
உய்தவன் உடம்பு நீக்கி
மேய்ப்பது மெய்ப்பொருளே
மையது கருமை நீங்கி
மணிச்சுடர் அடைவாயே
அன்பெனும் சிவத்தை
அழகுறக் கண்டாலே

118. உணர்ந்து கரையலாமே

ஒரு சுடர் உள்ளிருக்கும்
ஓம் என்றேறியும்
நான் என்றேஆணவம்
வீண் என்றே அதில் கொட்டி
விறகில்லாமெல் ஒரு உலை
விழியில் எரித்துப்பார்
குருட்டுக் கண்கள் மாறி
கும்பிட ஓர் கதவு
வழியில் திறக்குமே
வண்ணத் தாமரைத் தாள்
எண்ணமிலா அதில் திறக்க
கூத்தனின் கூத்தை
கண்டுகளிக்கலாமே
உண்டபின் ஓர் நஞ்சு
நஞ்சற்ற நிலை மாறி
உய்வது மெய் என்றே
உணர்ந்து கரையலாமே !

119. மருந்து

உண்டான் உறக்கமும் உணவும் மருந்தென்று காண்

உண்டான் உறக்கமும் உணவும் மருந்தென்று காண்

120. பயம்

நுனிக்கொப்பில்
இருக்கும் போது தான்
விழுந்து விடுவோம் என்ற
பயம் வருகிறது
வேரில் இருக்கும் போது
அந்த சாத்தியம் இல்லை

121. மென்மை

குரைப்பதை விட
குழல் நாதம் மென்மை
இரைச்சலை விட
இசை மென்மை

122. மெய்ப்பொருள்

சொல்லால் சோதியை உணரார் உள்
கல்வியால் கல்லில் காணார் உள் நின்ற
உண்மை வேதம் அறியார் மெய் முன்
கொய்யா ஞானமறியார் உண்மைப் பரம்
உணர்ந்தார் அடி தாழ உணர்வது மெய்ப்பொருளே

புல்லாய் புழுவாய் கல்லாய் மரமாய்
கண்டாய் பிறப்பே கருணை அவனால்
கணமெனும் மனிதனாய் பிறந்தாய் சிறப்பே
சீர் கொண்ட சிரசே பார் உணர்ந்து வாழா
வாழ்க்கை பக்தி முக்தி அறியுமோ அவனடி
இன்று வீழ எழுமே வாழ்வு குறையில்லாமல்

கொடன்பு குறைவிலார் கொடு ஞானமுளார்
வீழார் வினைப்பிறப்பில் மாளார் பேரண்டத்தின்
பின்னலோடல்லோ பிணைந்து நிற்பார் பிறிதொரு
சுகம் வேண்டார் இப் பூமீ போகத்தில் பிணைந்திரார்
பித்தன் பேறு வேண்டி புரிவார் தவம் தன்னில்
உறையும் ஜோதியுள்ளே அரசாளும் ஆதியுள்ளே

123. வைரம்

தோண்டியவன் அறியான்
வெட்டியவன் அறியான்
தீட்டியவன் அறியான்
விற்றவன் அறியான்
வாங்கியவன் அறியான்
வைத்திருந்தவன் அறியான்
வைரத்தை வைரம் மட்டுமே
அறியும்

124. நோக்கு

நோக்கு நோக்கு நோக்கினிற் கரிய நோக்கில்லை
உள் நாக்கு நாயாகி குரைக்கா குறி கொண்டால்
வாக்கு வாதம்கண்டு நிற்பதில் நீறாகும் மனமே

125. குரு

என்னையறியார் சிவமறியார் என்பதில்லை குரு வாக்கு
பணி பக்குவம் கொண்டோர்க்கு பரமனே குருவாய்
வந்தமர்வாரே

126. வெற்றிடம்

பற்றுக பற்றதன் பற்றில்லாமை
முற்றுக முற்றி முடிவில் நிற்பதன்
வெற்றிடமே முழுமை ஞானம்

127. பிச்சை

உரிய நேரத்தில் உணர்ந்திட்ட பிச்சை உத்தமம்
அதுவே பிரதிபலன் பார்த்திட்ட பிச்சை பாவச்செயல்

128. தனக்குள் விதை

வேண்டுவான் வேண்டா பொருளில்லை அவனியில்
வேண்டி நிற்கும் பொருள் தனக்குள் விதையாய்
நிற்பதறியாரே

129. உண்மை

எண்ணித் தவமிருந்து
எத்தனையோ கோடிப்பிறப்பெடுத்து
மானுடராய் மண்ணில் பிறப்பாரடி
ஆசையில் காற்றாடி
அங்குமிங்கும் அலைந்தாடி
ஓசை இன்றி வீழ்வாரடி ஒர்நாள்

படைத்தவன் தொழுதாகி
கிடைத்தது விட்டாகி
தன்னையும் உணர்ந்தாலே
தவத்தில் இருந்தாலே
தரணியில் பிறப்பில்லையே மீண்டும்

பாச பந்தத்தில் கூத்தாடி
இன்ப துன்பத்தில் வழிந்தோடி
இருப்பது உன் பிறப்பில்லையே

ஒருவே கரு என்று உயிரே நூல் என்று
உந்திப் பிடித்து உட்கரு ஏறினாலே
உண்மை புரிவராடி !

130. உள்ளுக்குள் தேன்

பிறப்பேன் பேரேன்
பசியேன் வாழ்வேன்
பதவி புகழேன்
மக்களேன் மனைவியேன்
மடிந்ததும் வாரா
மண் பொன்னேன்
உள்ளேன் இருப்பது
உள்ளுக்குள் அறி தேன்
அதைவிடச்சுவை
அண்டத்தில் இலைதேன்

131. உத்தியால் வெல்லடா

பிணி உடல் கூட வருமோ

பிறிதொரு பந்தம் வருமோ

பெற்ற தாய் தகப்பன் வருமோ

உற்ற தோழன் வருவானோ

உயிர் துறக்க மனைவியும்

பிள்ளையும் உடன் வருவாரோ

கற்ற கல்வி வருமோ கடன் வருமோ

சொத்து சுகம் கூட வருமோ

சோதியே சிவமே சொல்லப்பா

நீ கொடுத்த தர்மம் வரும்

நீ செய்த கர்மம் வரும்

நீ கொண்ட அன்பு வரும்

நீ வழங்கிய கருணை வரும்

இவையே நீ என்னிடம் எடுத்து வருவாய்

எண்ணிக்கொள் உயிர்த்தீபம் ஓர்நாள்

அணைந்து இருளாகும்

கோர்த்துக்கொள் அன்பு உன்

கோல மதியில்

கோடி அண்டம் உனதாகும்

கோவிலும் சாமியும் கொலுவிருக்கும்

உன் கோல மதியில் மத்தியில்

உத்தியால் வெல்லடா

உயிரை வெல்லடா

உனக்கில்லை இறப்பு

132. ஞானவழி

சிவமாகி தழையாகி இருப்பவரே
விதையாகி முளையாகி
விழுந்து கிடக்கிறேனே
மொட்டாகி பூவாகி
பிஞ்சாகி காய் கனியாகும்
காலமெப்போ சொல் சிவமே
உணவும் இறங்குதில்லை
உணர்வும் ஒடுங்குதில்லை
உயிரும் தெரியுதில்லை
உள்ளிருப்போனை காண்பதெப்படி

கடமையில் காண் அவனை
கைகளில் உனக்கேன் அவனை
நீ காண நித்தமும்
நின் முன்னால் இருப்போனை
நெஞ்சார நேசிப்பதே
மொட்டாகும் முதல்வழி
பூ பிஞ்சு காய் கனி
தன்னாலே உருவாகும்
உன்னாலே முடிவாகும்.
பிறிதொரு ஞானம் வேண்டா
புத்தக வேதம் வேண்டா
புண்ணியனே உன்னன்பு
எறும்புக்கும் இரும்புக்கும்
வழங்குவதே ஞானவழி

133. நீயே அனைத்துமாய்

என்னைத் தழுவும்
காற்றே
உன் வயதென்ன?

உன் பிறப்புக்கு முன்
நானிருந்தேன்

எனைச் சுமக்கும்
பூமித் தாயே
நீ சுழல்வதன் சூத்திரம் என்ன

என்னோடு நீயும்
சுழல்கிறாய்
உன் பிறப்பிலிருந்து

ஆகாயமே
அந்தரத்தில் எப்படி நீ
உட்கார்ந்திருக்கிறாய்

எல்லையில்லாப் பெருவெளியில்
உன்னையும்
ஏந்திக்கொண்டிருக்கிறேன்

எரியும் தீபமே
உன் வரலாறு என்ன?

என் வரலாறே
எனக்கு ஞாபகம் இல்லை

மழைத்துளியே
நதியை நீ தேடி வந்தது?

உயிர்களுக்கு
நீர் உணவாகுமே
உனக்குத் தெரியாதா

கோடி கோடி
ஆண்டுகளாக
இவை அனைத்தும் இருந்தன
அதற்கு முன்னும்
இவை இருந்தன

இனியும்
இவை இருக்கும்

மனிதனே
நீ தான் இங்கு புதிது

உன் உடலை விட
உன் எண்ணங்கள்
புதிது

என்னைக் கேள்விகள்
கேட்காதே

கேள்விகளாகவும்
பதில்களாகவும்
நானில்லை

அது எப்பொழுதும்
நீயாகத்தானிருக்கிறாய்

கேள்வியற்ற
கணத்தில் வா

நான்
நீயென அறிவாய்

ஒரு
குழந்தையைப் போல்
என்னுடன் விளையாடு

என்னுடன் நட்பாகு

காற்றும் வானமும்
பூமியும் நீரும்
நெருப்பும் நீயும்
பிரிக்க முடியாதவை

உன் கேள்விகளை விட
நீ சிறியவன்
என்பதை அறி

கோடி கோடி
ஒளியாண்டுகளாக
இருக்கும் ஒன்றிடம்

எந்த வரலாறும்
எந்தக் கேள்விகளும்
எந்தப் பதில்களும் இல்லை

விடை
உனக்குள்ளே
உணர்தல் மட்டுமே

அதை விட
ஒரு சொர்க்கத்தை
இறைவன் இன்னும் படைக்கவில்லை

அந்த
மெய்யிருப்பே
நீ பிறந்த இடம்

வளர்ந்த இடம்
விளையாடிய இடம்

உன் ஆரம்பத்துக்குப்போ
ஓர் தொடக்கமும் முடிவும்
அங்கில்லை

பிறப்பும்
இறப்பும்

அங்கில்லை

அங்கு நீ
அனைத்துமாவாய்

134. ஆராய்ச்சி

சரி உன் ஆராய்ச்சி முடிந்து விட்டதா ?
என்னைப் பற்றி நீ என்ன அறிந்து கொண்டாய் ?
ஒன்றுமில்லை
அறிவதற்கு அங்கே எதுவுமில்லை !
(பரமரகசியம்)

135. பயன்

மெய்யினை அறிவதற்கேயிந்த
பொய்யானவுடல்
விட்டுப்போவதற்கேயிந்த
உலக சுகம்
தட்டித்திறப்பதற்கேயிந்த
திருவிழிக்கதவு
தந்து விரிவதற்கேயிந்த
பொற்தாமரை சிவஅன்பு
அதை உண்டு சேருவதே
இவ்வுலக முக்தி

136. காரணம்

விருப்பமே ஆசையின் காரணம்
ஆசையே கடனுக்கு காரணம்
அன்பே கடமைக்கு காரணம்
பண்பே உயர்வுக்கு காரணம்
பணமே உழைப்பிற்கு காரணம்
பகையே போருக்கு காரணம்
வெற்றியே விருப்பத்திற்கு காரணம்
அடிமைத்தனமே விடுதலைக்கு காரணம்
ஆதிவெடிப்பே ஓசையின் காரணம்
ஓசையே தமிழுக்கு காரணம்
தமிழே உலகமொழிகளுக்கு காரணம்
பக்தியே அருளின் காரணம்
நிறைவே பூரணத்தின் காரணம்
பிறப்பே தந்தையின் காரணம்
வாழ்வே தாயின் காரணம்
முக்தியே இறைவனின் காரணம்
முடிவே உனது காரணம்

137. சுடர் சோதி

ஊன் பிணி என்றுலவக் கனி வரா
தான் பிணி என்றறுக்கப் பிணி வரா
தனை யவன் என்றிருக்க பிழை வரா
துணை யவன் என்றிருக்க தேயுமோ
காய மென் றுள்ளிருக்க குறைவிலா
கண் ணவன் என்றிருக்கக் குருடிலா
இணை யவன் என்றிருக்க இடர் வரா
ஈசன் னவன் நின்றிருக்க நினைப்பிலா
நேச மவன் என்றிருக்க குணம் வரா
குகனை துதி த்திருக்க கொடுமை இலா
கொற்றவன் மீதி ருக்கக் கொண்ட காட்சி
வேந்தனே என் றுரைப்பாய்
கூறவன் பெருமை இயம்ப
குலங் கொண்டார் கருமம் மழிவே
காடெனத் திரிதல் இலா வீடெனப்
பற்றினாலே வெண் சுடர் சோதி யவனை
விட்டத்தில் காண்பாயே

138. மிஞ்சியது

இசை
மதுவானது

இளமை
விருந்தானது

பெண்
போதையானது

பயம்
களவு போனது

கவிதை
காலமானது

உணர்வு
உணவானது

இரவு
தூங்கியது

தமிழ்
தாரமாகியது

உதடு

மௌனமானது

இதயம்
பேசியது

உறவு
துறவானது

மோகம்
தோற்றது

துணிவு
வென்றது

தோல்வி
ஓடியது

வெற்றி
சிரித்தது

வெறுமை
நிரம்பியது

விடுதலை
சுவாசித்தது

பூக்கள்
பேசின

தென்றல்
தொட்டது

நிலா
விளக்கானது

நேரம்
நின்றது

நான்
செத்தது

நிகழ்காலம்
நிகழ்ந்தது

கற்பனை
கதவுசாத்தியது

கனவுகள்
காணாமல் போயின

காதலி
கல்யாணமானாள்

காமன்
இறந்தான்

கலை
வித்தையானது

ஆன்மா
விதவையானது

ஆன்மீகம்
அன்பென்றது

அன்போ
நீயென்றது

நானோ
நீயென்றது

நீயோ
மாயையானது

நிஜமே
இறைவனென்றது

இறைவன்
ஒருவனென்றான்

ஒன்றே
எங்குமுள்ளது

அங்கே
நானிருந்தேன்

அவர்கள்

காணாமல் போயினர்

எல்லாம்
அதுவாயின

• 411 •

எல்லைகள்
நீண்டு கொண்டன

எங்கும்
ஒரேஸ்வரம்

ஒரே
ஒளிமயம்

கரைந்தது
கவிதையொன்று

....மறைந்தது
ஓவியமொன்று

மிஞ்சியது
மௌனித்திருந்தது

அன்பைப்
போதித்திருந்தது

139. சிவ பூமி

சிவன் ஆண்ட பூமிஇது
சிறிதும் மாளாது
சிவம் உள்ள சேர்க்கையணு
புவிதனில் எல்லாமே.
புதிதாய் ஒருவனும்
ஆளுவதற்கில்லை புவிபிரியாது
புத்தனும் இயேசுவும்
வந்து போன சித்தர்கள்
சிவம் பிரிக்க
மார்க்கமவர் சொல்லவில்லை
கள்ளுண்ட வண்டினைப்போல்
வெறிபேசி திரியுது மானுடம்
அல்லா இயேசு புத்தன் என்று
தனக்குத் தானே அடிச்சுக்கொள்ளுது
ஆடும் ஆட்டமெல்லாம்
அடங்கும் சாம்பலிலே
சாம்பலும் பூச சிவமே வரும்
சித்தனும் ஆள சிவ பூமி வந்தாச்சு
சிவ பூமி ஆள
சித்தனும் இங்கே பிறந்தாச்சு

140. பிழை இல்லை

சித்தமும் சிறை ஆகி
குற்றமும் குறை ஆகி
கோலமும் மறை ஆகி
கோவில் கறை என்றார்

காதலில் வீழ்ந்தாகி
கறையும் படிந்தாகி
வாழ்வதில் வீணாகி
வணங்க மறந்தாரே

இல்லத்தில் இருந்தாச்சு
இடரும் வந்தாச்சு
பள்ளத்தில் விழுந்தாச்சு
பக்குவம் போயாச்சு

சொற்களில் பண்பில்லை
சோகத்தில் சிரிப்பில்லை.
சோதியை காணவில்லை
நாதியை நடவில்லை

கற்றதும் வீணாச்சு
கருத்தும் வந்தாச்சு
பெற்றதும் இழந்தாச்சு
பேறும் போயாச்சு

கல்லடா விதி இல்லை
ஏனடா ஏதும் இல்லை
அன்பிலே கறை இல்லை
ஆடி ஒடுங்குவதில் பிழை இல்லை
• 414 •

பித்தனும் நானாச்சு
பிதாவும் நானாச்சு
சித்தனும் சொன்னாச்சு
சிந்தையில் பயிராச்சு

கொல்லு உன் மனமெல்லாம்
கோதையின் குணமெல்லாம்
ஆடித் திரிந்து வந்தால்
அற்புதம் ஆகும் எல்லாம்.

141. பலன்

பிறப்பொடு பேராய் பிறந்தது வருமோ
பெற்றது பிள்ளையாய் பிணைந்து வருமோ
கலப்பொடு கலந்த கண்மணி வருவாளோ
முற்றம் கலந்த சுற்றமும் வருமோ
உண்டு சிரித்த உறவினர் வருவாரோ
அப்பனும் தாயும் அங்கு வருவாரோ
ஆசையும் மோகமும் அங்கு வருமோ
ஆடிய ஆட்டம் மெல்லாம் அங்கு வருமோ
அவன் நாமம் நினைத்த பலன்
நீ சொல்லாமல் வருமே சுகமெல்லாம் தருமே

- ஓம் நமச்சிவாய

142. தேடல்

ஆற்றைக் கடக்கவொரு ஆயிரம் துடுப்புத் தேடி
அலைகின்ற மாந்தரே துளியளவும் இல்லாத
துன்பக்கடல் மீதிருந்து பேரின்ப வாசலைப்
புறம் தேடி பறந்திருப்பார் பிடரியில் பிரம்மம் தூங்க

143. மெய்யிலார்

குரங்கோடு உறங்கென்று
பணித் தனை இறைவன் என்று
மெய்யிலார் வருந்தல் கூடும்
பொய்யும் மெய்யும் விட்டு நின்றார்
அறிவர் அகத்தே அதுவே இயல்பென்று

அன்பிலார் அறியார் அவனடி அமுதம்
கொம்பிலோர் ஏறி குணம் மறந்த விடயம்
தெம்பிலார் ஏம்பார் தெப்பத்தில் விட்டாலும்
வம்பிலோர் இன்பமென்று வழி மறந்து நின்றாரே

துன்பமாம் கடல் என்று தினம் மூழ்கி நின்றார்
இன்பம் சாரார் இவ்வுலகத்தே
துன்பமே தானென்றுணர்ந்தார் பழியார்
யாரையும் பகவனும் அது என்றே

நிலையாரை நினைந் திங்கு எங்கனம்
போற்றுவேன் நிலைக்கும் உடல் என்று
நித்தம் ரத்தம் மறந்தாரை
பித்தம் அதுவென்று பிறர் கூத்துக்கு ஆடுவேனோ

கண்ணாய் உள்ளதை கனவிலும் மறந்தனரே
பொன்னாய் உள்ளதை போற்ற நினைந் திலரே
விண்ணாய் உள்ளதை கையில் வைத்து
வெண்ணை தேடி அலைந்தனரே வீணாய்

144. தறி கெட்டார்

தறி கெட்டார் மனதெல்லாம்
குபேரனில் குறி வைத்தார்
தரம் கெட்டார் வாழ்வுதனில்
தன இலட்சுமியிடம் வரம் கேட்டார்
தன்னுடம்பு காத்துக்கொள்ள
ஊனறுத்து உண்டு கொண்டார்
உலகே மாயமென ஊர் செவியில்
ஓதி வைத்தார்
காயம் நோகுதேன்று கலங்கி
வாழாவிட்டார்
கற்பனையும் கனவுகளும்
மனதிலொட்டா மாயம் கண்டார்
கட்டில் சுகத்துக்கே தன் காயம்
எரித்துக் கொண்டார்
தொட்டில் பெருக்கி தேடாமல்
வாழ்ந்துவிட்டார்
முட்டி முனகி நின்று
முதுகு வலி தானுணர்ந்தார்
விட்டத்தே விடை எரிய
விழுந்த அண்டமெல்லாம்
விடை தேடினார்

145. மானுடம்

தீதெனத் தமிழ் மலரா திருமந்திரம் தானுணரா
ஓதென உறுமிய வார்த்தை ஒரு பொருளும் தானுணரா
தேனெனத் தீ யிருக்கத் தேய்வதென்ன மானுடம்
தெய்வமும் நின்றிருக்கத் தினம் தேய்ந்தார் மதிபோல
விதியென்ன எண்ணி எண்ணி விழுவாரே மனக்குழியில்

146. அருமருந்து

அற்புதமாகி நிற்கும் அருமருந்து மறந்தீரோ
பொன்னிலும் பொருளிலும் மனது கொண்டீரோ
இப்பரமாகி இருக்கும் இசையும் மறந்தீரோ
இழுக்கே வாழ்வென இப்புவியில் அலைந்தீரோ
முத்தமிழ் மூச்சிருக்க இறந்த பிண மலையுமோ
எத்தமிழும் இறைஞ்சுகின்ற என்னை அறிவீரோ
முப்பொழுதும் காக்கின்ற மூலமே நீயுணர்

147. புதுமை மாந்தரே

உத்தமப் பிறப்பெடுத்து
ஊரெல்லாம் அழுது நின்று
மெத்தனப் படித்த வீரம்
விழியெல்லாம் காட்டி நின்று
பொத்தென வீழுமுடல் மறந்து
காத்தன படைத்தன கருத்திலெண்ணா
போகத்தில் திளைத்திருந்து
போகும்வழி மறந்தனரே
போற்றத் தயங்கினரே
புரசிலுள்ள பொற்கோயில் கண்டிலரே
புண்ணியம் கெட்ட புதுமை மாந்தரே
அந்நியமாகிப் போவீரோ
அவனை மறந்து வாழ்வீரோ

148. மதி இழந்தோர்

கல்லிலே பூ வைத்து
சொல்லிலே பொறி வைத்து
மெய்யிலே பொய் வைத்து
பிதற்றுவார் பிச்சை வேண்டி
இச்சை யெல்லாம் ஆக வேணுமென்று
மூச்சை மூக்கால் அடக்கி
பேச்சில் பெருஅண்டம் கரைத்து
மந்திர தந்திர யந்திரம்
மறைத்துச் செய்து மத்தியானம்
இரவு காலை என மன்றாடுவார்
மதி இழந்தோர் கதியின்றி
சித்தனும் பித்தனும் சித்திரம்
சுமந்து கொண்டு பத்திரம்
நான் என்றால் பாத்திரம் உடையாதோ

149. தமிழ் அறி

கொல்லுவதெல்லாம் தமிழ்
குறை கூறி நின்றிருப்பார்
செய்கையிலே சிவம் என்பார்
பொய் பூத்த புஸ்பமதை
புரியாமல் எழுத்தில் வைப்பார்
வையகமே விடியும் என்பார்
மை ஊற்றி மிதிக்கும் தமிழால்
மன்னன் என்பார் வேந்தன் என்பார்
மண்புழுபோல் கர்மம் கண்டார்
விண்ணன் என்பார் விண்ணிலிருந்து
வந்ததென்பார் தமிழ் விசையறியா
விளக்கம் அறியார்
குண்டலியே குதிக்குதென்று
கும்பிட்டு மடிவார் தன்னொளி
காணா தரித்திர புருசரே
உன்னையறி பொய் அறி அவர்
புறம் கெட்ட தமிழ் அறி
அறமில்லா தமிழ் அறி
புறம் கூறும் கோழையன் குணமறி
இதுவேயென் தமிழ் வெறி
இடைவிடாத நாதமறி !

150. அன்னை

அன்னையை
நீங்கள் இரு முறை நேசிக்க முடியாது

காய்க்காவிட்டாலும்
தென்னை தென்னையே அதே போல்
உலகில் உள்ள பெண்கள் அனைவரும் அன்னையரே

தாய்தந்தையரை கடைசிவரை நேசிப்பவன் வாழ்க்கை எனும் ஆற்றை
சுலபமாக கடக்கிறான்

தெய்வத்துக்கு இணையான சக்தி இருக்குமானால் அது அவர்களிடமே
உண்டு

பெற்றோரிடம் அன்பு செலுத்தாதவனிடத்தில்
தெய்வம் கூட குடி கொள்ள மறுக்கிறது

ஆயிரம் தானங்களைவிட உயர்ந்தது
நீ பெற்றோருக்கு செய்யும் பணிவிடை

பிரசவ வலியில் அழுது கொண்டே சிரிக்கும் வித்தை அன்னைக்கு
மட்டும் தான் தெரியும்

இறைவன் அவதாரம் எடுக்கும்போதெல்லாம் ஒரு பெண்ணில் தான்
இரண்டாவதாக குடியிருக்கிறார்

உண்மையான ஏழை என்பவன்
வாழும் போது பெற்றோரை காக்காதவன்தான்

அன்னை ஒரு போதும் அன்பை பகிர்வதில்லை அது எப்பொழுதுமே
குளிர்ந்து கொண்டிருக்கும் நிலவு அது

உலகில் உள்ள எல்லாவற்றையும்
பணத்தால் அடைந்து விடலாம்
கடவுளையும் தாய் தந்தையரையும்
எந்தப் பணத்தாலும் வேண்ட முடியாது

ஒரு குழந்தை முதன் முதலில் உச்சரிக்கும் ஒரு சொல் அம்மா

பால் கொடுக்கும் பசு கூட அம்மா என்று தான் அழைக்கிறது

மரத்துக்கு வித்து போல இவ்வுலகில் உள்ள அனைத்துக்கும் உருவாகிய
இடம் ஒன்று உண்டு

தாயின் மடியில் ஒரு முறை தலை வைத்துப் படுத்துப் பார் நீ தேடும்
மொத்த அமைதியும் ஆண்டவன் சந்நிதி போல அங்கே உண்டு

கோவில் வாசலும் தாயின் பாதமும் ஒன்றுதான்

உன்னை வளர்த்த கணக்கு அன்னைக்குத் தெரியும்
பெற்ற கணக்கு இறைவனுக்குத் தெரியும்

உன் தவறுகளை அதிகமாக மன்னித்தவள் தாய் ஒருத்திதான்

தகப்பன் ஆவது மிகச் சுலபம்

தகப்பன் போல் கடமை செய்வது மிகக் கஷ்டம்

செயற்கையான அன்பில் திளைக்கும் உனக்கு இறைவன் கொடுத்த முதல்
வரமும் கடைசி வரமும் தாய் தந்தை தான்

அன்னையை ஒருபோதும் நேசிக்கப் பழக முடியாது

தினமும் தாய் தந்தையரின் கால்களை
தொட்டு வணங்கி வர சகல செல்வங்களும் விருத்தியாகும்
ஆனால் உன்னுடைய நான் என்ற எண்ணம் அதை தடை செய்யும்

151. பிறப்பின் இரகசியம்

யாரோ விதைத்த ஒரு வித்தினால் ஒரு மாமரமே முளைக்கவில்லையா? உன் உடல் என்பதும் அதுதான். உன் மூதாதையர் விதைத்த வித்தே நீ, அவர்களின் குண நலன்களே
உன்னிடம் குடியிருக்கும். அவர்களின் தர்மமும் தானமும் சிந்தனையும் மட்டுமே உன்னை வழிநடத்தும். ஆப்பிள் மரத்திலிருந்து அழகிய தேங்காய் விழுவதில்லை. தென்னை மரத்தில் இருந்து மாம்பழம் விழுவதில்லை.

உன் உடல் என்பது உன் மூத்த குடியோர் வரம்தான். அதை உன் பிறப்பில் உன் வாழ்நாட்களில் பாழ் படுத்தி விடாதே. சுவர் இருந்தால் தானே சித்திரமும் வரையலாம்.
உடலைப் பற்றி சொல்ல ஆயிரம் விடயமிருக்கிறது. பிண்டம் இல்லையேல் அண்டத்தையும் அறிய முடியாது. அண்டத்தை அறிய முதல் பிண்டத்தை அறிவது நல்லது.

பிண்டத்தை அறிய முற்படின் முதலில் உன்னை அறிய முயற்சி செய். உன்னை அறிய உனக்கு விருப்பம் இருந்தால் உன் எண்ணங்களைக் கவனி அதன் உற்பத்திக் கூடம் நீதான் அங்கிருந்துதான் ஒரு ஹிட்லர் அங்கிருந்து தான் சாய்பாபா உருவாகின்றனர்.

நீ எதை விதைக்கிறாயோ அதையே அறுவடை செய்கிறாய் உன் எண்ணமும் அப்படி ஒரு
விதையானது. அதுவே உன் வேர்களுக்கு காரணமாகிறது. வேர்களே உன் வெற்றி. வேர்கள் கண்ணுக்கு தெரிவதில்லை. விருட்சமே கண்ணுக்கு தெரிகிறது.

இதைப் போலவே நீ என்ன எண்ணங்களை உருவாக்கினயோ அந்த எண்ணங்களினால்
வழி நடத்தப் படுகிறாய். உன் எண்ணங்கள் பூர்வீக சொத்து. உன் முன்னோர்கள் செய்த
நற்செயலும் பழியும் பாவமும் கலந்ததுதான். அதை இப்பிறவியில் ஆவது உன்னதமாக
ஆக்குவது உன் கடமை.
வரும் சந்ததி உன் பாவங்களால் கண்ணீர் சிந்த வேண்டாமே.

எல்லோருமே பில்கேட்ஸ் போல வர வேண்டும் என்பதுதான் அழுக்கு எண்ணம். பணத்தினால் உன்னையோ உன் நிம்மதியையோ வாங்கி விட முடியாது. அப்படியானால்
திருப்பதி உண்டியலில் காசும் நகையும் போட்டவன் நிம்மதி அடைந்திருப்பான்.

காதலித்துப் பார் உன்னை சுற்றி ஒளிவட்டம் தோன்றும் என்று சொன்னவனும் இங்கேதான்
வாழ்ந்து கொண்டிருக்கிறான். சொன்னவன் குரலும் நாஸ்திகம்தான். எந்த ஒளிவட்டமும் இப்பிறவியில் உனக்கு தோன்றாது.

உன்னை அதற்கு தயார் படுத்துவதே இப்பிறவி. குருடாக மட்டும் இருந்து விடாதே. ஆனால் குரு என்பதொன்று இல்லாமல் உன் பாதை மிகக் கடினமானதாய் இருக்கும்.
நானும் ஒரு காலத்தில் குருவை தேடி இந்தியாவின் ஒவ்வொரு சிற்றூரும் அலைந்தவன்தான். ஆனால் நானே குரு அல்ல.

வாழ்வின் போக்கிடம் என்று ஒன்றும் இல்லை. இல்லாததை அடையவே இவ்வளவு முயற்சியும். அந்த இல்லாததை அடைந்தவுடன் தான்

இறைவனும் உன்னை ஏற்கிறான்.
அப்பொழுதே அவன் தரிசனமும் உனக்கு கிடைத்து விடுகிறது.

அந்த முக்தியினால் உன் பிறப்பின் இரகசியம் யாவையும் நீ அறிந்து கொள்கிறாய். அதுவே
ஞானம் ஆகிறது. உலகில் நீ எந்த நாட்டுக்கு போனாலும்
இதற்காகத்தான் தவம் இருக்கிறார்கள். ஆனால் அதைப் பெற்றவர்கள்
இப்பிறவியில் கோடியில் ஒருவரே.

நீயேன் அந்தக் கோடியில் ஒருவராக இருக்கக் கூடாது ?

152. நேரம்

மனைவி கையால் பிசைந்த தேநீரை சுவைத்து ஒருவருக்கு ஒருவர்
வணக்கம் சொல்லி
விசாரித்து இன்னும் உறங்கியிருந்த அதிகாலைப் பொழுதை கண்ணாடி
யன்னலூடு மெல்ல
உணர்ந்து சூரியனை எதிர்பார்த்த அந்த தருணங்களில் பறவைகளின்
கீச்சுக்கள் கிரகித்து
பக்கத்தில் அவள் நின்ற வேளை எந்த வித சலனமுமில்லாமல் மலை
முகட்டில் சூரிய கதிர்களை கண்களில் விழுத்திய போதுதான்
அதிகாலையின் அற்புத சுகம் தெரிந்தது

என்னப்பா இன்று இங்கே நேரத்தை மாற்றி விட்டார்களே மின் அடுப்பின்
நேரத்தையும்
மிக்ரோவேவ் நேரத்தையும் மாற்றி விடுங்கள் என்றாள் என் மனைவி.
எல்லா மணிக்கூட்டிலும் ஒரு மணித்தியாலம் கூடுதலாக மாற்றிவிட்டேன்
இருந்தும் மனதில் ஒரு நெருடல்.

ஐரோப்பாவில் கோடைகால மணியை எப்படி எந்த விதத்தில்
கூட்டினாலும் குறைத்தாலும்
வாழ்வு மட்டும் மாறாமல் இருக்கிறது பலருக்கு. கோடைகாலத்தின் சூரிய
நேரங்கள் இங்கே அதிகம் தான். இரவு 10 மணிக்கும் சூரியன் இருக்கும்.
அதற்காகவே அதனை வேண்டியபடி மாற்றிக் கொண்டிருக்கிறார்கள்.

இப்படி இல்லாத காலத்தை இங்கே மாற்றுவது முட்டாள் தனம்தான்.
ஏனெனில் யாரைக்
கேட்டாலும் நேரமில்லை என்றே இங்கே பதில் வரும். இன்று

தமிழர்களிடம் கூட இதே
நிலைதான்.

முன்னெல்லாம் நம்மோர்கள் கடிகாரம் கட்டினார்களா? அவர்கள்
எங்களை விட மனநிம்மதியோடும் சந்தோசத்தோடும் வாழ்ந்தது எப்படி?
இறை அருளையும் கூட அவர்கள் பெற்றிருந்தார்களே எப்படி?
திருநாவுக்கரசரோ சுந்தரர் மாணிக்க வாசகரோ
கையில் மணிக்கூடு கட்டி இருந்தார்களா?

இங்குதான் தன்னை அறியும் சூட்சுமம் இருக்கிறது இங்குதான்
இறைவனை அறியும் சூட்சுமமும் இருக்கிறது. அது எப்படி என்று
கேட்கிறீர்களா?

இந்த மணிக்கூடு என்பது கண்டுபிடிக்கப்பட்டு கிட்டத்தட்ட 600
ஆண்டுகள் ஆகிறது.
அன்று முதல் மணிக்கூட்டோடு ஓடத் தொடங்கிய மனிதம்தான்
இன்றுவரை ஓடிக்கொண்டிருக்கிறது.

எந்த நோக்கத்துக்காக எதற்காக ஓடுகிறது தெரியுமா? எல்லாம் நேரத்தை
மிச்சப்படுத்தத்தான். ஆனால் நேரத்தை ஒரு போதும் மிச்சப்படுத்த
முடியாது. இருப்பது 24 மணிநேரம் இதில் எங்கே 28 மணித்தியாலம்
என்று மிச்சப்படுத்துவீர்கள். ஒரு சின்ன உதாரணம்.

விறகடுப்பு ,காஸ்அடுப்பு ,மின்அடுப்பு இதில் உலைப்பானையில் வெப்பம்
ஏறும் அளவுதான் மாறுபடுகிறது ஆனால் அதில் ஒரு கிலோ அரிசி
வேகும் நேரம் அதாவது கணம் மாறுவதில்லை.

இன்று நேரத்தை மிச்சப்படுத்தினேன் என்பவர்களிடம் கேட்டுப் பாருங்கள்
ஐயையோ இன்னும் நிறைய வேலை மிச்சம் இருக்கே என்பார்கள்.

தொலைக்காட்சியில் வானொலியில் செய்திகளை அவதானியுங்கள்
விரைவுப் பேருந்து
விரைவு ரயில் பாஸ்ட்பூட் இப்படி இல்லாத நேரத்தை இருப்பதாக
ஏற்படுத்தி மனிதனுக்கு
வேகத்தை உண்டு பண்ணுகிறார்கள்.

ஒரு வங்கி கூட மக்கள் பணத்தை நேரத்தை வைத்தே வட்டியும் கடனும்
தருகிறது. சேர் மார்க்கெட் கூட ஒரு நொடியில் வைத்துத்தான் பேரம்
பேசுகிறது. இந்த பேரத்தில் தான்
உலக நாடுகளின் பண மதிப்பும் பண வீக்கமும் மாறுபடுகிறது. ஏழையும்
பணக்காரனும்
நேரத்தை வைத்தே உருவாகுகிறார்கள்.

இயற்கையாக உள்ள மனிதனிடம் நேரம் அதாவது காலம் இருப்பதில்லை.
இந்த காலம்
என்பதை நாம் விரைவாக உணர்கிறோம். அதற்கு விரைவும் இல்லை.
தாமதமும் இல்லை
மொத்தத்தில் காலம் என்பது ஒரு உள்ளுணர்வுதான்.

மிக விருப்பமான நண்பர் உங்களுடன்
பேசிக்கொண்டிருக்கிறார்.அப்பொழுது நீங்கள்
உங்களை மறந்த நிலையில் காலத்தை உணருவதில்லை. நேரம் போனதே
தெரியவில்லை
என்பீர்கள்.
உங்களுக்கு விருப்பம் இல்லாத நபர் உங்களை வம்புக்கு இழுத்து
வைத்துப் பேசுகிறார்.
அப்பொழுது வினாடி நேரம் கூட உங்களுக்கு யுகமாகத் தெரியும் இது
ஏன்? நீங்கள்
விருப்பப் படாத போது காலம் என்பது உருவாகிவிடுகிறது

அவ்வளவுதான்.

இன்னுமொரு உதாரணம் உங்களுக்கு மிகவும் பிடித்தமான வேலை செய்கிறீர்கள் அப்பொழுது நேரம் போனதே உங்களுக்கு தெரியாமல் இருக்கும்.
இதேபோல் பிடிப்பு கொஞ்சம் கூட இல்லாத வேலை செய்கிறீர்கள். சலித்துக்கொண்டே
செய்வதினால் மனம் பாதிக்கப்படுகிறது அங்கே காலம் அதாவது நேரம் நீண்டு கொள்ளும்
உங்களுக்கு எப்படா வீட்டுக்குப்போவோம் என்றிருக்கும் உண்மைதானே.

நாம் கடவுளை விட்டு அதிக தூரம் சென்றது இந்த நேரத்தை கடைப்பிடிப்பதால்தான். நீங்கள் அன்பாக உணர்ந்து விருப்பமாக எந்த வேலை செய்தாலும் அங்கே மனம் என்பது
ஒன்றிவிடும். ஒன்றிய மனத்தில் சிவம் உட்கார்ந்திருப்பது நீங்கள் நிச்சயம் உணர்வீர்கள்.

பேரண்டப் பெருவெளியில் காலம் என்பதோ நேரம் என்பதோ இல்லை. உடலே பஞ்ச
பூதத்தால் ஆன போது நேரம் என்பது எப்படி எங்களுக்குள் இருக்கும்?

உங்களை ராட்டினம் போல் சுற்றிவிட கம்பனிகள், தொலைக்காட்சிகள், மனிதர்கள்,
நண்பர்கள் உறவினர்கள் முனைந்தால் கூட அனுமதிக்காதீர்கள். அப்படி அனுமதிக்கும்
பட்சத்தில் மாரடைப்பு, மனஉழைச்சல், மனநோய், இரத்த அழுத்தம் இப்படி ஆயிரம்
நோய்கள் உங்களிடம் வந்து உட்கார்ந்து கொள்ளும்.

இப்போ தெரிகிறதா ஏன் சித்தர்கள் மலைகளையும், காடுகளையும் தேடி ஓடினார்கள் என்று?

ஒரு குழந்தையை சும்மா கேட்டுப் பாருங்கள் என்னுடன் விளையாட நேரம் இருக்கிறதா
என்று.குழந்தை நிச்சயம் ஆம் என்றே பதிலளிக்கும். ஒரு வயோதிபரை கேளுங்கள் நிச்சயம் குழந்தை பதிலே இருக்கும்.
இருவரிடமும் கைக்கடிகாரம் நேரம் என்ற உணர்வும் இல்லாததுதான் காரணம்.

டாக்டரிடம் அப்பொயிண்ட்மெண்ட் 8 மணி தொடக்கம் 9 வரை என்பதுபோல் கடவுளிடம்
நீங்கள் அப்பொயிண்ட்மெண்ட் எடுப்பீர்களா?

நேரம் ஓடுவதில்லை நீங்கள் தான் ஓடிக்கொண்டிருக்கிறீர்கள். 600 வருடங்களுக்கு முன் யாரும் ஓடியதில்லை ஆனால் மகத்தான சாதனைகள் செய்திருக்கிறார்கள்.

பரீட்சார்த்தமாக நேர உணர்வு இல்லாமல் ஒருநாள் மட்டும் விருப்பத்தோடு (அன்போடு) கடமை செய்து பாருங்கள் உங்களுக்கே மாற்றம் தெரியும்.

153. அனுபவம்

வாழ்க்கையைப் பற்றி உணர விரும்புகிறீர்களா? சரி எதாவது ஒன்றை எடுத்துக்கொண்டு அதைப் பற்றி யாரிடமாவது கேளுங்கள்.
நெருப்பு அதாவது அன்றாடம் நாம் பயன்படுத்தும் தீயைப் பற்றி கேட்டுப் பார்ப்போம்.

கொல்லனிடம் கேட்டால், என் பட்டடையில் இருக்கும் இரும்புகளை வளைக்க உதவுகிறது என்றார்.

பீடியைப் புகைக்கும் ஒருவனிடம் கேட்டால், ம் முந்தி எல்லாம் ஒரு தீக்குச்சியை உரசினால் உடனே எரிந்தது இந்தக்காலத்தில் ஐந்து குச்சியை உரசினால் ஒன்றே எரிகிறது எல்லாவற்றிலும் கலப்படம்.

ஒரு குழந்தையிடம் கேட்டால், அம்மா சொல்லியிருக்கிறா அதை தொடக் கூடாது என்று.

ஒரு முருக பக்தையிடம் கேட்டால், இந்த கற்பூர சட்டி தலையில் ஏந்தி வருவதாக வேண்டுதல் ஆனாலும் அது எனக்கு தலையில் சுடுவதில்லை. இது அவன் அருள் அன்றி வேறில்லை.

ஒரு சித்தனிடம் கேட்டால், தீயைப் பற்றி உனக்கு என்ன தெரியும் இறைவன் ஜோதி மயமாக இருக்கிறான்.

ஞானியிடம் கேட்டால், தீயை உணர்ந்தாலே அது உனக்கு சுடும்.
உணராவிடால் சுடாது இந்த உணராத தன்மை சாதாரணமானவர்களுக்கு வாய்க்காது.

தீயணைப்பு படையில் வேலை செய்யும் ஒருத்தனிடம் கேட்ட போது, மிக ஆபத்தான வேலை நெருப்பை அணைத்து என் சீவியம் என்றார்.

திருவிழாவில் தீயை வாயில் ஊதி வித்தை செய்பவனிடம் கேட்ட பொழுது, எண்ணையை வாயில் வைத்துக்கொண்டு இந்த வித்தை காட்டும் போது குறிப்பாய் சிறுவர்கள் படும் சந்தோசத்துக்கு அளவே இல்லை ஏதோ பிரமிப்பாக பார்கிறார்கள் மற்றப்படி இந்த வித்தையில் ஒன்றும் இல்லை.

அந்தணர் ஒருவர் சொன்னார், யாக குண்டலத்தில் அக்னி தேவனுக்கு இங்கே இடும் அத்தனையும்
அக்னி தேவனை திருப்தி படுத்துகிறது இது உலக உயிர்கள் அத்தனைக்கும் நன்மையே.

பூசாரி ஒருவரிடம் கேட்ட போது, இந்த தீபத்தை ஆதி மூலத்தில் ஆராதிக்கும் போது இறைவனின் முகம் எல்லோருக்கும் தரிசனமாகிறது.

விஞ்ஞானியிடம் கேட்ட போது, சோ ... எப்படி எரிகிறது என்று எங்களுக்கு தெரியாது ஆனாலும்
எதை எரித்தாலும் கார்பன் மிஞ்சுகிறது, இந்த கார்பனை வைத்துக்கொண்டு மீண்டும் எரித்த பொருளை உருவாக்க முடியுமா என்று ஆராய்ச்சி செய்கிறோம்.

என் அம்மாவிடம் கேட்ட பொழுது, போடா உனக்கு வேற வேலையே இல்லையா என்றார்.

ஆக ஒரு பொருள் உலகில் உள்ள ஒவ்வொருவருக்கும் அவரவர் தன்மைக்கு ஏற்ப மாறுகிறது இங்கே.

எந்த உண்மையும் உண்மையில் இல்லை யார்யாருக்கு எப்படி தோன்றுவது என்பது அதன் பூர்வீக முடிவு. உலகமே மாயையினால் ஆனதினால் பார்க்கும், நோக்கும், உணரும் விதத்துக்கு ஏற்ப எல்லாமே புது அனுபவமாகிறது.

• 437 •

நெருப்பை அதாவது தீயை எடுத்து இப்படி ஒவ்வொருவரிடம் விசாரித்த மாதிரி காதல் என்ற தலைப்பை எடுத்து விசாரித்தால் இப்படி ஆளாளுக்கு ஒவ்வோர் அனுபவம் சொல்வார்கள் இல்லையா?

154. சும்மா இருப்பது எப்படி

அது ஒரு பிரபலமான புத்தகக் கடை கடந்த வருடங்களாக வாடிக்கையாளர்களின் எண்ணிக்கை குறைந்து கொண்டே வந்தது. ஆனால் புத்தகங்களோ நாளுக்கு நாள் அதிகரித்துக் கொண்டே வந்தது. சுந்தரம் கடைவாசலில் தொங்கவிடப் பட்ட புத்தகங்களையே வெறித்துக் கொண்டிருந்தான். சணல் நூலில் குறுக்காய் இழுத்து விடப்பட்டிருந்த கொடியில் பிரபல எழுத்தாளர்களின் வாழ்க்கை வருமானம் வாடிக்கையாளர்களை எதிர்பார்த்திருந்தது.
மதியம் ஆகி விட்டிருந்தது இன்னும் ஒரு வாடிக்கையாளர்கூட வரவில்லை. சுந்தரம் எந்த விற்பனையும் இல்லாமல் கற்பனையில் கடையை தூசு தட்டிக் கொண்டிருந்தான்.

கடைக்கு வெளியே யாரோ ஒரு இளைஞன் கடையை வெறித்துப் பார்த்தபடி நின்றிருந்தான்.
சுந்தரம் ஓடிப்போய் தம்பி வாரும், என்ன பார்க்கிறீர் உள்ள வந்து பாரும் எல்லா புத்தகமும் இருக்கு.
வந்தவன் கடையை கண்களால் துளாவிக்கொண்டிருந்தான், எந்த முடிவும் எடுக்கவில்லை.

தம்பி நூறு நாள் வாழ்வது எப்படி என்ற புத்தகம் இருக்கு தரட்டோ?
வந்தவன் தலையை பின் புறத்தில் சொறிந்தான். பதில் கூறவில்லை.
சுந்தரம் மனப்பாடமான புத்தகப் பட்டியல் வாசித்தான் ..

ஆத்திசூடி
அபிராமி அந்தாதி
திருக்குறள்

தெருவில் போகும் நதி
ஐந்து நிமிடத்தில் முக்தி பெறுவது எப்படி?
ஆச்சியின் சமையல்
அப்புவின் காதல்
நீங்களும் சிவன் ஆகலாம்
சாமி கும்பிடுவது எப்படி?
வீட்டுக் கூரையில் தோட்டம் செய்வது எப்படி?
தெருவில் பிச்சை எடுத்தவன் கோடீஸ்வரனானது எப்படி?
நீங்களும் கற்கலாம் அக்கு பஞ்சர்
....

வந்தவன் அங்கே தொங்க விடப் பட்டிருந்த "சும்மா இருப்பது எப்படி"
என்ற புத்தகத்தின் விலை கேட்டான்.
சுந்தரம் சொன்னார் அதுக்கு நீர் புத்தகம் வேண்டத் தேவை இல்லை
ஏனெண்டா நானும் இப்ப
கடையில இருந்து அதுதான் பண்ணுறன்.
வந்தவன் சொன்னான் அந்தப் புத்தகத்தை எழுதியவன் நான் தான்
இப்பத்தான் தெரியுது அந்தப் புத்தகம் ஏன் விலைப்படேல்லை எண்டு.

155. கேள்வி பதில்

குருவே பூமியில் தருமம் என்னவாயிற்று?
"தருமம் உனக்குள் இருப்பது"

இருட்டில் செல்லும் ஒருவன் வழிகளை காண்பது எப்படி?
அவனுக்கு வெளிச்சம் எங்கிருந்து வரும்?
"அவனுடைய தூய மனமே வழியாகும் அங்ஙனம் அவனுக்குள்
இருந்துதான் வெளிச்சமும் வரும்
குருடனும் தன் உணர்வாலே காண்கிறான் அன்றியும் அவனுக்கு அது
வழி காட்டுகிறது"

குருவே மனம் என்றால் என்ன?
"ம என்றால் மாயை அதுவும் உண்மை அல்ல அது ஒரு பட்டாம்
பூச்சியைப் போல் படபடத்துக் கொண்டிருக்கும் மலருக்கு மலர்தாவும்
இயல்புடையது"

குருவே உண்மையானது எது?
"ஆன்மா அது மட்டுமே நீயாக இருக்கிறாய் அன்றியும் அதை நீ
காண்பது அரிது"

குருவே அதைக் கண்டவர் நிலை என்னவோ?
"உண்மையை அதாவது எந்த உண்மை உன்னிடம் இருந்து இதுநாள்
வரை மறைக்கப் பட்டதோ அந்த
உண்மையை நீ அறிந்து கொள்கிறாய்"

" குருவே உண்மையை அறிவதால் எது இலாபம் இல்லை ஏது இலாபம்?

இலாபம் நட்டம் இவை இரண்டுமே இங்கும் இல்லை அங்கும் இல்லை, முக்தி பெறுவது அடைய முடியாத பேரின்பம் அங்கே நிலை பெறுவது பேரின்பத்தை தவிர வேறேதும் இல்லை அதற்கு மரணமோ பிறப்போ அழிவோ என்றும் இல்லை அதுவே என்றும் நிரந்தரமானது"

குருவே இதை ஒருவன் இந்தக் கலியுகத்தில் எப்படி அடையக் கூடும்? "காலத்தினால் ஆன இந்த யுகத்தில் ஒருவன் காலம் அற்ற தன்மையைப் பெற வேண்டும் இதற்கு தவத்தை தவிர வேறு பக்தியும் ஒருவழி. மனம் காயம் ஆன்மா இது மூன்றும் ஒன்றிவிட்டால் எல்லாம் சாத்தியமே இது சத்தியமான உண்மை"

குருவே அந்தோ பரிதாபமாய் மக்கள் அங்கும் இங்கும் வணங்கித் திரிகிறார்களே, எனக்கு அவர்கள் பக்தியை நோக்கி ஓடுகிறார்களோ என்று தோன்றுகிறது? "அவர்கள் செய்வது சரி என்றும் இல்லை பிழை என்றும் இல்லை எவ்வழியிலும் பக்தி என்பது உடனே தோன்றி விடாது மனம் தூய்மை அடைய பக்தி பிறக்கும், பக்தி பிறந்தால் உள்ளத் திரியில் தீபம் தானாக எரியும்"

குருவே இன்றைய என் கேள்விகளுக்கு விடை கிடைத்தது இருந்தும் இந்தக் கேள்விகளின் ஆதாரம் எது? "நீயே அந்த உண்மையை தேடத் தொடங்குகிறாய் அதுவே இதற்குப் பதில் "

156. தவளை

ஊரை அண்டி ஒரு வயற்காட்டில் ஒரு கிணறு இருந்தது. ஒரு முறை வெள்ளத்தில் மிதந்து சென்ற தவளைக் குஞ்சுகள் அதாவது பேத்தைகள் தவறி அங்கிருக்கும் கிணற்றில் விழுந்து விட்டன .

பெருமழை வெள்ளம் வடியத்தொடங்கியது இதனால் இந்த தவளைக் குஞ்சுகள் கிணற்றுக்குள்ளேயே தங்கிவிட்டன .

பெற்றவர்களை பிரிந்த குஞ்சுகள் அந்தக் கிணற்றிலுள்ள நுளம்புகளையும் சிறு பூச்சிகளையும் தின்று வளர்ந்து வந்தன .

காலப்போக்கில் ஒரு கடும் கோடை காலம் வந்தது . கிணற்றிலுள்ள நீர் வற்றத் தொடங்கியது . உணவு எதுவும் இன்றி தவளைகள் வாடின .

தவளைகள் ஒன்று கூடி இதற்கு முடிவே இல்லையா இனி நாம் இங்கிருப்பது தவறு
இனி மேற்கொண்டு என்ன செய்யலாம் என சிந்திக்க ஆரம்பித்தன.
அப்படியே அவை சிந்தித்து பலவிதமான கருத்துக்களுடன் இருந்தன .

சில தவளைகள் சொல்லியது கிணற்றுக்கு மேலே சென்றால் அங்களன்ன இருக்கிறது
என்பது எங்களுக்கு தெரியாது ஆனால் இங்கிருப்பது ஆபத்தானது அதைவிட முயற்சி செய்வதே சிறந்தது என்றன .

சில தவளைகள் இறைவன் மீது பாரம் சுமத்தின. இது எல்லாம் முன் ஜென்மத்தில் செய்த கர்ம விளைகள் என்றும் இறைவன் நம்மை

சோதிக்கிறார் என்றும் எங்கள் விதி இதுதான் என்றும் அழுது கண்ணீர் விட்டன . இறைவன் வருவார் என்றும் தங்களை தங்கத்தினால் ஆன கயிறு ஒன்றின் மூலம் காலம் வரும் போது வெளியே இழுத்து விடுவார் என்றும் பேசிக் கொண்டன.

அந்த ஒரு நாள் வந்தது வெளியேற முயற்சித்த தவளைகள் கூட்டம் ஒன்றின் மேல் ஒருவராக ஏறி கிணற்றின் கற்களில் தாவி கிணற்றுக்கு மேலே வந்தன.

விதியை எண்ணிய தவளைகள் கிணற்றுக்குள் இருந்து நாங்கள் வெளியே வரமாட்டோம் என்று கூவின.

இது இப்படி இருக்க வெளியே வந்த தவளைகளில் சில புதிய இடத்தையும் புதிய சுதந்திரத்தையும் வரவேற்று மிக்க மகிழ்ச்சியில் இருந்தன சில தவளைகள் தாவி ஓடி அங்கிருந்த வயற்காட்டில் துள்ளித் திரிந்தன புதிய உற்சாகம் புதிய பூமி புதிய உணவுகள் என்று ஆடிப்பாடி மகிழ்ந்தன.

வெளியே வந்த தவளைகளில் சில அங்கே இருப்பதை அனுபவிக்க முடியாமல் இங்கே தரையில் இவ்வளவு சுகமும் இருக்கும் போது ஏன் நாங்கள் வானத்தை நோக்கிப் பறக்கக் கூடாது ? அங்கே சொர்க்கம் இருக்கிறது நாங்கள் முயற்சி எதுவும் இல்லாமல் மிகவும் சந்தோஷமாக இருக்கலாம் என்று கூறி தங்களுக்கு அங்கிருந்த சருகுகளால் சிறகுகள் செய்தன வானத்தை நோக்கி பறப்பதற்கு.

ஏதோ ஒரு நாளில் அவை வானத்தை நோக்கிப் பறந்தன பறந்தன முடிவே இல்லாமல் பறந்தன .

இறந்தகாலம் கிணற்றுக்குள் இருந்தது.

எதிர்காலம் வானத்தில் சொர்க்கமாக மேலே இருந்தது.

நிகழ்காலம் தரையில் இருந்தது.

கிணற்றுக்குள் இருந்த தவளைகள் காலப்போக்கில் நீர் வற்றி மடிந்தன.

வானத்தில் பறந்த தவளைகள் மீண்டு வரவேயில்லை வானம் எல்லையில்லாமல் விரிந்து கொண்டே இருந்ததுதான் காரணம்.

தரையில் தங்கிய தவளைகளோ எந்த சுமையும் இல்லாமல் நிகழ்காலத்தை ரசித்து ஆடிப்பாடி மகிழ்ந்து தாங்கள் எடுத்த முடிவை எண்ணி மகிழ்ந்தன.

வாழ்கையில் எது சிறந்தது
இறந்த காலமா ?
எதிர் காலமா ?
நிகழ்காலமா ?

157. பலன்

கோவில் குருக்கள் குறுக்கும் நெடுக்குமாக நெளிந்துகொண்டிருந்தார். சில நாட்களாக அவர் மனதில் ஓர் உறுத்தல். ஊரிலேயே மிகப்பெரிய சிவன்கோவில்இது. இக்கோவிலை பராமரிக்க தனக்குப்பின் யாருமில்லையே என்ற துடிப்பு அவருக்கு உள்ளே உறுத்திக்கொண்டிருந்தது.

இதற்கொரு முடிவை இன்றே பார்த்துவிட வேண்டும் என்று நினைத்தவர் ஊர் ஜனங்களை ஒன்று கூட அழைத்தார். பக்கத்து கிராமங்களிவிருந்து கூட எல்லோரும் வந்திருந்தனர். அக்காலத்தில் அது ஒரு மிகப்பெரிய எண்ணிக்கை. ஊர் மொத்தமும் கோவிலுக்கு முன் கூடியிருந்தது. அயல் ஊர்களிலிருந்தும் ஜனங்கள் வந்து திரண்டால் சில ஆயிரங்களுக்கு மேலாக எண்ணிக்கை இருந்தது.

குருக்கள் பேச ஆரம்பித்தார்.

எனக்கு வயதாகி விட்டதால் இனி இந்தக்கோவிலை தினமும் சுத்தம் செய்து பராமரிக்கும் பொறுப்பை வழக்கம் போலவே உங்களில் ஒருவருக்கு தருவதாக தீர்மானித்துள்ளேன். மக்களே தங்கள் பூஜைகளை தாங்களே செய்யும் கோவில் இது.
இங்கு குருக்களாக இருப்பவருக்கு எந்த தகுதிகளும் இல்லாமல் இருக்க வேண்டும், அதுவே முக்கியம். இதுவே காலம் காலமாக வந்த நடைமுறை. அதன் பேரில் யாரைத்தெரிவு செய்வது என்பதை நேற்றிரவு கடவுள் எனக்கு கூறவில்லை.

ஆகவே உங்களில் யார் ஒருவர் நீங்கள் கோவில் அழுக்கையெல்லாம்

துடைப்பதால் பலன் உண்டு என்று நினைக்கிறீர்களோ அவர்கள்
இப்போதே தங்கள் வீடுகளுக்கு செல்லலாம்,
அங்கு கூடியிருந்த கூட்டம் மெல்லக்கலைந்தது.
எல்லோரும் தங்களுக்குள்ளே இது என்ன விசித்திரமான கேள்வி என்று
பேசிக்கொண்டனர்.

மொத்தத்தில் அங்கு கூடியிருந்த கூட்டம் வந்த வழியே திரும்பிவிட்டது.
கோவில் குருக்களுக்கு கவலை ஆரம்பித்தது. அட எல்லோரும் கலைந்து
சென்றுவிட்டார்கள் ஒருவர் கூட முன்வரவில்லையே என்று
யோசித்துக்கொண்டிருந்தார்.

மதியம் நெருங்கியது, யாரையும் காணவில்லை. அவருக்கு தள்ளாத
வயது நூற்றுக்கு மேல் இருக்கலாம். இன்றோ நாளையோ என்று
தான்அவர் வாழ்ந்துகொண்டிருந்தார். இறைவனுக்காகவே
தன்னை அர்ப்பணித்துக்கொண்டவர்.

திடீரென கோவில் கதவு திறக்கும் சத்தம் கேட்டது. அங்கே ஓர் இருபது
வயது இளைஞன் ஒருவன்
நின்றிருந்தான்.
" உள்ளே வா " என்றார் கோவில் குருக்கள்.
அவனிடம் அமைதி குடி கொண்டிருந்தது. கொஞ்சம் கூட ஆர்வம்
காட்டாமல் நின்றிருந்தான்.
அலட்சியப்போக்கு நிறைந்தவன் அவன்.

குருக்கள் மீண்டும் அதே கேள்வியை கேட்டார்.

"கோவில் அழுக்கை துடைப்பதால் பலன் உண்டு என்று நீ நம்புகிறாயா
? "

"நிச்சயமாக இல்லை குருக்களே" என்று பதிலளித்தான் இளைஞன்.

"ஏன் அப்படி கூறுகிறாய்?"

"குருக்களே வரும் வழியில் ஒரு குலை தள்ளிய வாழைமரத்தைப்
பார்த்தேன்,
தன்னிடம் உண்டாகும் கனிகளால் அது தன் பசி தீர்த்துக்கொள்வதில்லை,
இருந்தும் அந்தக்கனிகளால் புதிய வாழைமரக் கன்றுகள் கூட
முளைப்பதில்லை.
யாருக்காக இந்த வாழை மரம் இப்படி கனிகளை தருகிறது இதனால்
தனக்கே பிரஜோசனம் அற்ற ஒன்றை தானாக யாருக்கோ வழங்குகிறது.

அந்த மரம் யாரிடமும் எதையும் எதிர்பார்கவில்லை தனக்கு விதித்ததை
சந்தோசத்துடன் ஏற்று தன் கடமையை செய்கிறது அது போலவே
நானும்.

வயதான பெற்றோருக்கு நான் செய்யும் நித்திய கடமைகளை செய்து
விட்டு வர கொஞ்சம் நாழியாகி விட்டது அதுவே நான் வர தாமதமானது
" என்று கூறி முடித்தான் அங்கே வந்திருந்த இளைஞன்.

குருக்கள் அவனிடம் எதுவும் பேசவில்லை.

கோவில் திறப்பை இளைஞனிடம் கொடுத்து விட்டு ஊரிலுள்ள தன்
பழைய வீட்டை நோக்கி நடந்து சென்றார்.

158. காதல் - நன்றி

தமிழில் உள்ள இரண்டு முக்கிய வார்த்தைகளுக்கான பொருளை இன்று பார்ப்போம், முதலாவதாக ஒரு வார்த்தை

" காதல் ".

இச் சொல்லின் அர்த்தம் உங்களுக்கு தெரியுமா ? எனக்கும் இது புரிந்திருக்கவில்லை.

காதல் என்பதை பிரிக்கும் போது கா + தல் என்று வரும் இங்கு "கா " என்றால் காவுதல் அதாவது ஒன்றை க் காவித் திரிதல் உதாரணத்துக்கு அவன் விறகு காவினான். அவள் தண்ணீர்க்குடம் காவினாள். கா என்றால்

சுமத்தல்.

இனி " தல் " என்று வரும் பொருளைப் பார்ப்போம் தல் என்பது " அல் " என்பதாகும் அதாவது உதாரணத்துக்கு அல்லா (நபிகள் நாயகத்தின் நாமம்) "அல் " என்றால் இல்லை என்று பொருள் படும் அதாவது "அல்லாதது " இதை இல்லாதது என்றும் பொருள் கூறலாம்.

மொத்தத்தில் இல்லாத ஒரு பொருளை சுமப்பதே "காதல் " என்பதின் முழு அர்த்தம்.

நீங்கள் ஒருவரை காதலிக்கிறீர்கள் அங்கே அவள் அழகு அற்றவளாக இருக்கிறாள் நீங்கள் அங்கே அழகை

எதிர்பார்த்தால் அது காதல் இல்லை. நீங்கள் அவளிடம் இருந்து காவித்தித் திரிய உண்மையில் எதுவும் இல்லாத போது அதுவே "காதல் " ஆகிறது.

அதாவது எந்த சலனங்களும் இல்லாத நிலையே எந்த ஆசையும் நீங்கள் அவளிடம் எதிர்பார்க்காத நிலையே

"காதல் " ஆகும்.

உண்மையில் உங்கள் விருப்பு வெறுப்பு இல்லா வெற்றிடம் அது. இந்தக் " காதல் " எனும் சொல் ஒரு பெண்ணை நோக்கி மட்டும் சொல்லப் படுவது அல்ல.

இச்சொல்லை நீங்கள் இறைவனை நோக்கியும் சொல்லலாம் " காதலாகி கசிந்து கண்ணீர் மல்கி " என்று பாடல்கள் உள்ளன.
ஏன் நீங்கள் ஒரு பொருளைக் கூட காதலிக்கலாம் அது ஆணோ பெண்ணோ ஒரு பொருளோ அதில் எந்த ஒரு வேறுபாடும் இல்லை.
சரி "காதல் " என்றால் நீங்கள் பார்க்கப்படும் பொருள் எந்த திணிவையும் ,எந்த ஒரு அலகையும் வைத்து மதிப்பிட முடியாத ஒரு பொருள் என்று அர்த்தம்.

இனி "நன்றி " என்னும் சொல்லைப் பற்றிப் பார்ப்போம்.

"நன்றி " என்றால் என்ன ?

சரி ஒருவருடன் பேசி விட்டு பிரிந்து செல்கிறீர்கள். சரி நன்றியப்பா நான் போய் வருகிறேன் என்கிறீர்கள்.
இறைவனுக்கு கூட நன்றி என்று சொல்கிறீர்கள். யாராவது ஒரு பரிசையோ ஒரு பொருளையோ தந்தால்
நன்றி என்கிறீர்கள்.

உண்மையில் இந்த நன்றி எனும் சொல்லின் அர்த்தம் தான் என்ன ?

என்னை மிகவும் பிரமிக்க வைத்தது இந்த சொல் தான். இதன் கனம் உங்களுக்கோ எனக்கோ தெரிய நியாயமில்லைதான். சரி இதனையும் தெரிந்து கொள்ளுங்கள்.

எல்லா செப்படி வித்தையும் அவனிடம் இருக்கின்றன.

"நன்றி " என்றால் நன் + இன்றி அதாவது நல்லது இன்றி நல்லது
அற்று என்று பொருள் வரும்.
"நல்லது அற்று இருப்பதெல்லாம் கெட்டவையே " அதுதான் நல்லது
இன்றி நல்லது இன்றி (அல்லாதது)எல்லாம் நல்லது தானே.

நன்றியை நாம் ஒருவர்க்கு சொல்லும் போது சொல்பவர்க்கும்
சொல்லப்படுபவர்க்கும் நன்மை உண்டாம்.
நன்றி நன்றியால் நற்றுணை பெருக.

நல்லதை விட நானொன்றும் அறியேனே என்பதுதான் " நன்றி " எனும்
சொல் விளக்கம்.

நல்லது இன்றி நான் விலகி எப்படி இருக்க முடியும் இதுவும் ஒரு
விளக்கம்.

அந்த நல்லது இறைவன் தவிர வேறில்லை அதை நாங்கள் தமிழர்கள்
ஒருவரை ஒருவர் விட்டுப் பிரியும் போதும் எதோ ஒன்றைக் கொடுத்துப்
பிரியும் நன்றியை இறைவனுக்கு கூறி பிரிந்து செல்கிறோம்.

இந்த தமிழ் மொழி ஒரு கடல் அதில் நீங்கள் மூழ்கினால் முத்துக்கள்
வைரங்கள் மறைந்து உள்ளன.
எதாவது பொருளை நீங்கள் அதில் தேடினால் அசந்து போவீர்கள்.

அப்படி ஒரு அழகான தத்துவமான மொழி அது ஒருவனாகப் பட்ட
இறைவனின் மொழி
நீங்கள் தேடும் தத்துவங்கள் அந்த மொழிக்குள்ளே அடங்கி

இருக்கின்றன.

"செந்தமிழ் நாடு எனும் போதினிலே
இன்பத் தேன் வந்து பாயுது
காதினிலே "

என்று மஹா கவி பாரதியார் பாடி வைத்தார்.